ചുവപ്പ് പടർന്ന നൂറ്റാണ്ട്

Chuvappu Padarnna Noottandu
Politics

P Rajeev

CHINTHA PUBLISHERS
Thiruvananthapuram

First Edition
April 2022

Second Impression
August 2022

Published & Typesetting
Chintha Publishers, Thiruvananthapuram

Cover Design
Vinod Mangoes

Pictures
Chittaprosad Bhattacharya

ISBN : 978-93-93468-89-5

CO - 3104 / 6179

Email: chinthapublishers@gmail.com
Website: www.chinthapublishers.com

A version is available at National Libraries
Kolkata, Mumbai, Chennai and Delhi

Distribution
DESHABHIMANI BOOKHOUSE
H O Thiruvananthapuram 695035

Branch
Head Office Kunnukuzhi • Statue Thiruvananthapuram
KSRTC Bus Terminal Thampanoor • Saphalyam Complex Thiruvananthapuram
KSRTC Bus Station Alappuzha • KSRTC Bus Station Ernakulam
Machingal Lane Thrissur • IG Road Kozhikode
Mavoor Road Kozhikode • NGO Union Building Kannur
Central Bus Terminal Complex Thavakkara Kannur

ചുവപ്പ് പടർന്ന നൂറ്റാണ്ട്

പി രാജീവ്

ചിന്ത പബ്ലിഷേഴ്സ്
തിരുവനന്തപുരം-695 035

പി രാജീവ്

തൃശ്ശൂർ ജില്ലയിൽ മേലഡൂരിൽ പുന്നാടത്ത് വീട്ടിൽ റവന്യൂ ഇൻസ്പെക്ടറായിരുന്ന, പരേതനായ പി വാസുദേവന്റേയും രാധാ വാസുദേവന്റേയും മകൻ. സാമ്പത്തിക ശാസ്ത്രത്തിലും നിയമത്തിലും ബിരുദവും കെമിക്കൽ എഞ്ചിനീയറിങ്ങിൽ ഡിപ്ലോമയും.

സി പി ഐ (എം) സംസ്ഥാന സെക്രട്ടേറിയേറ്റംഗം. *ദേശാഭിമാനി* ചീഫ് എഡിറ്ററായിരുന്നു. 2015 ലും 2018 ലും സി പി ഐ (എം) എറണാകുളം ജില്ലാ സെക്രട്ടറി. എസ് എഫ് ഐ ജില്ലാ സെക്രട്ടറി, സംസ്ഥാന സെക്രട്ടറി, അഖിലേന്ത്യാ വൈസ് പ്രസിഡന്റ്, ഡി വൈ എഫ് ഐ ജില്ലാ സെക്രട്ടറി എന്നീ നിലകളിൽ പ്രവർത്തിച്ചു. 2009 മുതൽ 2015 വരെ രാജ്യസഭാ അംഗം. സഭ നിയന്ത്രിക്കുന്ന പാനൽ ഓഫ് ചെയർമാനായിരുന്നു. സി പി ഐ (എം) പാർലമെന്ററി പാർട്ടി ഡെപ്യൂട്ടി ലീഡറായിരുന്നു. യു എൻ പൊതുസഭയിൽ ഇന്ത്യയെ പ്രതിനിധാനം ചെയ്ത് സംസാരിച്ചു. പാർലമെന്റ് അഷുറൻസ് കമ്മിറ്റി ചെയർമാനായിരുന്നു. 2001 മുതൽ 2010 വരെ *ദേശാഭിമാനി* റെസിഡന്റ് എഡിറ്റർ. ഹവാനയിലെ ചേരിചേരാ ഉച്ചകോടി, ബ്രസീലിലെ ഇബ്സ സമ്മിറ്റ്, സ്കോട്ലാൻഡിലെ ജി എട്ട് ഉച്ചകോടി എന്നിവയിൽ പ്രധാനമന്ത്രിയുടെ മാധ്യമ സംഘത്തിൽ അംഗമായിരുന്നു. മികച്ച മുഖപ്രസംഗത്തിനുള്ള പന്തളം കേരളവർമ്മ പുരസ്കാരം നേടി. ഹവാന, സൗത്ത് ആഫ്രിക്ക എന്നിവിടങ്ങളിൽ നടന്ന ലോക യുവജനോത്സവങ്ങളിൽ പങ്കെടുത്തു. പഞ്ചശീല ഉടമ്പടിയുടെ അറുപതാം വാർഷികത്തിൽ ഉപരാഷ്ട്രപതിക്കൊപ്പം ബീജിങ്ങിൽ ഇന്ത്യൻ സംഘാംഗമായി പങ്കെടുത്തു. പാർലമെന്ററി ഡെലിഗേഷന്റെ ഭാഗമായി സ്വീഡൻ, നോർവെ, പാകിസ്ഥാൻ എന്നീ രാജ്യങ്ങൾ സന്ദർശിച്ചു. ലണ്ടനിൽ നടന്ന കോമൺവെൽത്ത് പാർലമെന്ററി സംഘത്തിന്റെ ഭാഗമായിരുന്നു. ഫ്രാൻസ്, ഇറ്റലി, സ്വിറ്റ്സർലാന്റ്, റഷ്യ, ജർമ്മനി, കെനിയ, ഉഗാണ്ട, ഗൾഫ് രാജ്യങ്ങൾ എന്നിവയും സന്ദർശിച്ചിട്ടുണ്ട്.

2015 ലെ മികച്ച എം പിക്കുള്ള സൻസത് രത്ന പുരസ്കാരം, മികച്ച പൊതുപ്രവർത്തകനുള്ള പി കെ വി അവാർഡ്, എ സി ഷൺമുഖദാസ് അവാർഡ്, സുകുമാർ അഴിക്കോട് പുരസ്കാരം, വേൾഡ് മലയാളി കൗൺസിലിന്റെ മികച്ച പൊതുപ്രവർത്തകനുള്ള പുരസ്കാരം, സഫ്ദർ ഹാഷ്മി പുരസ്കാരം, ലയൺസ് ക്ലബ്ബ് അവാർഡ് തുടങ്ങിയ അംഗീകാരങ്ങൾക്ക് അർഹനായി. എം പി ഫണ്ട് വിനിയോഗത്തിന്റെ പുതിയ സമീപനത്തിന് ദേശീയ, സംസ്ഥാന അംഗീകാരങ്ങൾ ലഭിച്ചു. നിലവിൽ കേരളത്തിലെ വ്യവസായ വകുപ്പു മന്ത്രി.

കൃതികൾ: *ആഗോളവല്ക്കരണ കാലത്തെ ക്യാമ്പസ്, വിവാദങ്ങളിലെ വ്യതിയാനങ്ങൾ, കാഴ്ചവട്ടം, പുരയ്ക്കുമേൽ ചാഞ്ഞ മരം* (മറ്റുള്ളവരുമായി ചേർന്ന്), *1957 ചരിത്രവും വർത്തമാനവും*(എഡിറ്റർ) , *എന്തുകൊണ്ട് ഇടതുപക്ഷം, സത്യാനന്തര കാലത്തെ പ്രതീതി നിർമ്മാണം, ഭരണഘടന: ചരിത്രവും സംസ്കാരവും, മാർക്സിസ്റ്റ് ദർശനവും പ്രയോഗവും, പ്രവേശിക, കമ്യൂണിസ്റ്റ് മാനിഫെസ്റ്റോ സമകാലിന വായന.*

ഭാര്യ : വാണി കേസരി (ഡയറക്ടർ, സ്കൂൾ ഓഫ് ലീഗൽ സ്റ്റഡീസ്, കൊച്ചി സർവ്വകലാശാല)

മക്കൾ : ഹൃദ്യ, ഹരിത.

വിലാസം : കിളിക്കൂട്, കൊച്ചിസർവ്വകലാശാല പി ഒ, കൊച്ചി 92

Email : prajeevcpm@gmail.com

ഉള്ളടക്കം

പ്രസാധകക്കുറിപ്പ്

കമ്യൂണിസമെന്ന ആശയം പിറവിയെടുത്തത് വ്യാവസായിക യുഗത്തിലേക്ക് പ്രവേശിച്ച വികസിത യൂറോപ്യൻ സമൂഹത്തിലാണെങ്കിലും അത് എല്ലാ വൻകരകളിലും വേരുകളാഴ്ത്തി പടർന്നത് അതിവേഗത്തിലായിരുന്നു. കാർഷിക സമൂഹമായ റഷ്യ കമ്യൂണിസ്റ്റ് വിപ്ലവത്തിന്റെ കളിത്തൊട്ടിലായി. ഗ്രാമീണ ചൈന നടത്തിയ കമ്യൂണിസത്തിന്റെ ലോങ് മാർച്ച് ഇന്നും വിജയഭേരി മുഴക്കി ലോക മുതലാളിത്തത്തെ അമ്പരിപ്പിച്ച് മുന്നേറുന്നു. ജാതീയ ഉച്ചനീചത്വങ്ങളിൽ അമർന്നുകിടന്നിരുന്ന ഇന്ത്യൻ മണ്ണിലും ഈ വിപ്ലവത്തിന്റെ അലയൊലികൾ മുഴങ്ങി. ഒരു കഥ പറയുന്ന ലാഘവത്തോടെ ആ ചരിത്രം അനാവരണം ചെയ്യുകയാണ് *ചുവപ്പ് പടർന്ന നൂറ്റാണ്ട്*.

ഒരേസമയം കൊളോണിയൽ ഭരണകൂടത്തിന്റെയും ഇന്ത്യൻ ഗ്രാമങ്ങളിലെ വ്യവഹാരങ്ങളെയെല്ലാം നിയന്ത്രിച്ചിരുന്ന ഭൂപ്രഭുക്കളുടെ അതിക്രൂരമായ പീഡനങ്ങളെയും മറികടന്നാണ് ചുവന്ന പതാക ഇന്ത്യൻ മണ്ണിൽ അത്ഭുതകരമായ ചലനങ്ങൾ സൃഷ്ടിച്ചത്. നൂറ്റിയിരുപതു കോടിയിലധികം ജനങ്ങൾ അധിവസിക്കുന്ന ഇന്ത്യയിൽ അതും വേഷത്തിലും ഭാഷയിലും സംസ്കാരത്തിലും സാമ്പത്തികാവസ്ഥയിലും അങ്ങേയറ്റം വ്യത്യസ്തരായ ജനങ്ങൾ അധിവസിക്കുന്ന ഒരു ദേശരാഷ്ട്രത്തിൽ കമ്യൂണിസ്റ്റ് പ്രസ്ഥാനം മുന്നോട്ടുവച്ച വർഗ്ഗ രാഷ്ട്രീയം വേര് പിടിച്ചത് എങ്ങനെയെന്ന് അറിയുക സുപ്രധാനമാണ്. ആ ആവേശകരമായ കഥയാണ്, അതിന്റെ പിന്നാമ്പുറങ്ങളിൽ പ്രവർത്തിച്ചവരുടെ ജീവിതമാണ് പി രാജീവ് വളരെ ലളിതമായ രൂപത്തിൽ ഇവിടെ പറയുന്നത്.

ചിന്ത പബ്ലിഷേഴ്സ്

താഷ്കന്റോ കാൺപൂരോ?

ആയിരത്തി തൊള്ളായിരത്തി ഇരുപത് ഒക്ടോബർ മാസം 17 നാണ് താഷ്കന്റിൽ വച്ച് ഇന്ത്യയിലെ കമ്യൂണിസ്റ്റ് പ്രസ്ഥാനം രൂപംകൊള്ളുന്നത്. കമ്യൂണിസ്റ്റ് പാർട്ടി ഓഫ് ഇന്ത്യ എന്ന പേരിൽ പാർട്ടി രൂപം കൊണ്ടിട്ട് നൂറാമത്തെ വർഷം പൂർത്തീകരിച്ചിരിക്കുന്നു. 100 വർഷത്തിന്റെ ആഘോഷങ്ങൾ പല പരിപാടികളുമായി രാജ്യവ്യാപകമായി നടക്കുന്നു. ഈ 100 വർഷത്തിന്റെ ചരിത്രത്തിലൂടെയുള്ള ഒരു ഹ്രസ്വ സഞ്ചാരമാണിത്.

ഇരുപതിൽ തുടങ്ങുന്നു എന്നതുകൊണ്ട് ഇരുപതിന്റെ മാത്രം ചരിത്രമല്ല, അതിനു മുമ്പുള്ളതിന്റെ തുടർച്ചകൂടിയാണ്. അതിനുശേഷമുള്ള വളർച്ചയുടെയും ഇടർച്ചയുടെയും തുടർച്ചയുടേതുമായ ചരിത്രം.

അപ്പോൾ ചില സംശയങ്ങൾ വരാം. 1920 ൽ തന്നെയാണോ തുടങ്ങിയത്? വിദേശത്തുവച്ച് തുടങ്ങിയതാണോ ശരി? അതോ 1925 ൽ കാൺപൂരിൽ വച്ചാണോ തുടങ്ങുന്നത്?

ഇതു സംബന്ധിച്ചുള്ള പല ചർച്ചകളും തർക്കങ്ങളും സ്വാഭാവികമായും ഉയർന്നു വരുന്നുണ്ട്. 1920 ചരിത്രത്തിന്റെ ഭാഗമാണ്. കമ്യൂണിസ്റ്റ് പ്രസ്ഥാനത്തിന്റെ ഇന്ത്യയിലെ ചരിത്രത്തിന്റെ തുടക്കമാണ്. 1925 ഉം ചരിത്രത്തിന്റെ ഭാഗമാണ്. 1925 ലാണ് പാർട്ടി രൂപീകരണം എന്ന് കരുതിയിരുന്ന ഒരു ഘട്ടമുണ്ടായിരുന്നു. പലരും അങ്ങനെ ഇന്ന് സൂചിപ്പിക്കുന്നുണ്ടാവാം. എന്നാൽ 1920 ൽ രൂപീകരിച്ച കമ്യൂണിസ്റ്റ് പാർട്ടി ഓഫ്

ഇന്ത്യയെ കോമിന്റേൺ അംഗീകരിക്കുന്നതിന്റെയും തുർക്കിസ്ഥാനിലെ ഘടകത്തിന്റെ രാഷ്ട്രീയ മാർഗ്ഗ നിർദ്ദേശങ്ങൾ അനുസരിച്ച് പ്രവർത്തിക്കണം എന്ന് നിർദ്ദേശിക്കുന്നതിന്റെയും രേഖകൾ ഇപ്പോൾ എല്ലാവർക്കും ലഭ്യമാണ്. അത് പബ്ലിക് ഡൊമെയ്നിൽ ഉണ്ട്. 1920 ഒക്ടോബർ 17 ന് ചേർന്ന രൂപീകരണ യോഗത്തിന്റെ തീരുമാനങ്ങളും മിനിറ്റ്സും അതുപോലെ പബ്ലിക് ഡൊമെയ്നിൽ ലഭ്യമാണ്. പാർട്ടി രൂപീകരിക്കുന്നത് കമ്യൂണിസ്റ്റ് തീരുമാനത്തിന്റെ ഭാഗമായതുകൊണ്ടാണ് ഈ രേഖകൾ ഉണ്ടായത്.

ആ രൂപീകരണത്തിന് നേതൃത്വം നല്കുന്നത് കമ്യൂണിസ്റ്റ് ഇന്റർനാഷണൽ ചുമതലപ്പെടുത്തിയതനുസരിച്ച് എം എൻ റോയിയാണ്. താഷ്കന്റിൽ വച്ചുചേർന്ന സമ്മേളനത്തിന്റെ തീരുമാനം സംബന്ധിച്ച രേഖയിലുണ്ട്. സെക്രട്ടറിയായി മുഹമ്മദ് ഷെഫീഖിനെ തെരഞ്ഞെടുത്ത കാര്യം ഈ രേഖയിൽ സൂചിപ്പിക്കുന്നു. ചെയർമാൻ എന്ന നിലയിൽ ആചാര്യയുടെ പേരും കാണാൻകഴിയും. ഈ പേജിൽത്തന്നെയുള്ള രണ്ടാമത്തെ രേഖയിലാണ് കമ്യൂണിസ്റ്റ് ഇന്റർനാഷണലിന്റെ മാർഗ്ഗനിർദ്ദേശങ്ങൾക്കനുസരിച്ച് എങ്ങനെയാണ് ഈ പാർട്ടി പ്രവർത്തിക്കേണ്ടത് എന്ന് വ്യക്തമാക്കുന്നത്.

നേരത്തെ പറഞ്ഞതുപേലെ തുർക്കിസ്ഥാൻ യൂണിറ്റിന് കീഴിൽ അതിന്റെ രാഷ്ട്രീയ മാർഗ്ഗനിർദ്ദേശങ്ങൾക്ക് അനുസൃതമായി പ്രവർത്തിക്കണം എന്നും രേഖയിൽ വ്യക്തമാക്കുന്നു. അതോടൊപ്പം ഇന്ത്യയിലെ സാഹചര്യങ്ങൾക്കനുസൃതമായി പരിപാടി തയ്യാറാക്കണം എന്നുള്ളതും ഈ രേഖയിലുണ്ട്. ഇത് ചരിത്ര രേഖയാണ്. ഈ രേഖ കാണാതിരിക്കുമ്പോൾ 1925 ലേതാണ് രൂപീകരണം എന്ന് ആർക്കും വാദിക്കാം. പക്ഷേ, ഈ രേഖ ലഭിച്ചശേഷം അത് കഴിയില്ല. കമ്യൂണിസ്റ്റ് പാർട്ടി ഓഫ് ഇന്ത്യ രൂപംകൊള്ളുന്നത് എങ്ങനെയാണെന്നതിന് ഈ രേഖ തെളിവാകുന്നു.

1925 ലാണ് ചരിത്രം തുടങ്ങുന്നത് എന്ന് പറയുകയാണെങ്കിൽ 20 നും 25 നും ഇടയിലുള്ള സമ്പന്നമായ, ത്യാഗനിർഭരമായ ഇന്ത്യയിലെ കമ്യൂണിസ്റ്റ് പ്രസ്ഥാനത്തിന്റെ ചരിത്രത്തെ പൂർണ്ണമായും നിരാകരിക്കലായിരിക്കും. 1921 ലെ അഹമ്മദാബാദ് എ ഐ സി സി സമ്മേളനത്തിലും 1922 ലെ ഗയ സമ്മേളനത്തിലും പൂർണ്ണസ്വരാജ് എന്നുള്ളത്, കംപ്ലീന്റ് ഇൻഡിപെൻഡസ് എന്നുള്ള മുദ്രാവാക്യം, വളരെ ശക്തമായി ആദ്യമായി ഉയർത്തുന്നത് കമ്യൂണിസ്റ്റ് പാർട്ടിയാണ്. ആ ഘട്ടത്തിൽ കമ്യൂണിസ്റ്റുകാർ കോൺഗ്രസിനകത്ത് പ്രവർത്തിച്ചുകൊണ്ടിരിക്കുകയാണ്. കോൺഗ്രസ് സമ്മേളനങ്ങളിൽ അവതരിപ്പിക്കപ്പെട്ട കമ്യൂണിസ്റ്റ് പാർട്ടിയുടെ മാനിഫെസ്റ്റോയിൽ എന്ത് അജണ്ടയാണ് തങ്ങൾ മുന്നോട്ട് വയ്ക്കുന്നത് എന്ന് വ്യക്തമാക്കുന്നുണ്ട്.

അന്ന് കോമൺവെൽത്തിനകത്തുള്ള സാമന്ത പദവിയായി പരിമി

തപ്പെട്ട ഡൊമിനിയൻ സ്റ്റാറ്റസിനുവേണ്ടി മാത്രം നിലകൊണ്ടിരുന്ന കോൺഗ്രസിന്റെ ആ സമ്മേളനത്തിനകത്ത് പൂർണ്ണസ്വരാജ് എന്ന മുദ്രാവാക്യമുയർത്തി മാനിഫെസ്റ്റോ അവതരിപ്പിക്കുകയാണ് കമ്യൂണിസ്റ്റുകാർ ചെയ്തത്. ആ മാനിഫെസ്റ്റോ തയ്യാറാക്കിയത് എം എൻ റോയിയാണ്. അദ്ദേഹം തന്നെയാണ് താഷ്കന്റിൽ നടന്ന കമ്യൂണിസ്റ്റ് പാർട്ടിയുടെ സമ്മേളനത്തിന് നേതൃത്വം നല്കുന്നത്. പിന്നെയും എത്രയോ വർഷങ്ങൾക്ക് ശേഷമാണ് ലാഹോറിൽ ചേർന്ന കോൺഗ്രസിന്റെ സെഷൻ പൂർണ്ണസ്വരാജ് എന്ന ആ മുദ്രാവാക്യം അംഗീകരിക്കുന്നത്. ഡൊമിനിയൻ പദവിയിൽ തൃപ്തിപ്പെടാൻ തയ്യാറായിരുന്ന കോൺഗ്രസ് ഈ മുദ്രാവാക്യങ്ങളുടെയും ഇടപെടലുകളുടെയും തുടർച്ചയായാണ് പൂർണ്ണസ്വരാജ് എന്ന മുദ്രാവാക്യം അംഗീകരിക്കുന്നത്. കോൺഗ്രസിന്റെ, നേരത്തെ സൂചിപ്പിച്ച അഹമ്മദാബാദ്, ഗയാ സെഷനുകൾക്കകത്ത് കമ്യൂണിസ്റ്റുകാർ ശക്തമായി ഈ നിലപാടുകൾ ഉയർത്തുകയുണ്ടായി. അന്ന് എം എൻ റോയ് തയ്യാറാക്കിയ മാനിഫെസ്റ്റോ കോൺഗ്രസിന്റെ സെഷനകത്ത് അവതരിപ്പിച്ചത് ഹസ്രത് മൊഹാനിയാണ് ഇൻക്വിലാബ് സിന്ദാബാദ് എന്ന മുദ്രാവാക്യം എഴുതിയ, കമ്യൂണിസ്റ്റ് ആശയങ്ങളിൽ ആകൃഷ്ടനായിരുന്ന പുരോഗമനവാദിയായിരുന്നു അദ്ദേഹം. ഒപ്പം സ്വാമി കുമാരാനന്ദ കൂടിയുണ്ടായിരുന്നു.

എം എൻ റോയിയെപ്പറ്റിയും പാർട്ടി രൂപീകരണത്തിൽ വേറെ ആരൊക്കെയുണ്ടായിരുന്നു എന്നതിനെക്കുറിച്ചുമെല്ലാം പിന്നീട് പ്രതിപാദിക്കാം. ഈ ഹർസത് മൊഹാലിയാണ് 1925 ൽ കാൺപൂർ സമ്മേളനത്തിന് സ്വാഗതം പറഞ്ഞതെന്നുകൂടി കാണേണ്ടതുണ്ട്. 1925 ലാണ് ചരിത്രം തുടങ്ങുന്നത് എന്ന് പറയുമ്പോൾ ഈ കോൺഗ്രസ് സെഷനകത്തുള്ള പൂർണ്ണ സ്വരാജ് എന്ന കമ്യൂണിസ്റ്റ് പാർട്ടിയുടെ നിലപാടിന്റെ ചരിത്രത്തെ മാത്രമല്ല ത്യാഗനിർഭരമായ പോരാട്ടത്തിന്റെ മറ്റ് ഏടുകളെയും അതുപോലെ പെഷവാർ, കാൺപൂർ ഗൂഢാലോചന കേസുകളെയും നിരാകരിക്കുകയാവും ചെയ്യുക. മീററ്റ് ഗൂഢാലോചന കേസ് അതിനുശേഷം 29 ലാണ് വന്നത്.

താഷ്കന്റിൽ നിന്ന് മടങ്ങുന്ന ആളുകൾ പെഷവാറിൽ പിടിയിലാകുന്നുണ്ട്. താഷ്കന്റിൽ കമ്യൂണിസ്റ്റ് പാർട്ടി രൂപീകരിച്ചുകൊണ്ട് അവർ ഇന്ത്യയിലേക്ക് വരികയാണ്. ഇന്ത്യയിലെ വിപ്ലവ പ്രവർത്തനങ്ങൾക്ക് നേതൃത്വം നല്കാൻ, ബ്രിട്ടീഷ് കോളനി ആധിപത്യത്തിനെതിരെയുള്ള ശക്തമായ പോരാട്ടങ്ങൾക്ക് നേതൃത്വം നല്കാൻ അവർ വരുന്നു എന്നുള്ളത് ഇന്റലിജൻസ് വിഭാഗങ്ങൾക്ക് മനസ്സിലായിരുന്നു. അതുകൊണ്ടാണ് താഷ്കന്റിൽവച്ച് തെരഞ്ഞെടുക്കപ്പെട്ട ജനറൽ സെക്രട്ടറി ഷെഫീഖ് ഉൾപ്പെടെയുള്ള ആളുകളെ ഗൂഢാലോചനക്കേസിൽ അകത്തിടുന്നത്. ഇത്തരം കേസുകളിൽ ഇവർ മർദ്ദനമനുഭവിക്കുന്നു, പ്രതികളാക്കപ്പെട്ട് ശിക്ഷിക്കപ്പെടുന്നു. അത് ഇന്ത്യയിലെ കമ്യൂണിസ്റ്റ് പ്രസ്ഥാനത്തിന്റെ വളർച്ചയുടെ ഏറ്റവും സമ്പന്നമായ, ത്യാഗ നിർഭരമായ ഏടുകൂടിയാണ്.

ഇന്ത്യൻ സ്വാതന്ത്ര്യസമര ചരിത്രത്തിൽ തൊഴിലാളിവർഗ്ഗത്തിന്റെ രാഷ്ട്രീയം, കമ്യൂണിസ്റ്റ് പാർട്ടിയുടെ രാഷ്ട്രീയം എങ്ങനെ പ്രവർത്തിച്ചുവെന്നതിന്റെ ഏറ്റവും പ്രധാനപ്പെട്ട രണ്ട് ഭാഗങ്ങളാണ് ഇപ്പോൾ പ്രതിപാദിച്ചത്. ഒന്ന്: ഈ ഗൂഢാലോചനക്കേസുകളിൽ ഏറ്റുവാങ്ങേണ്ടിവന്ന ത്യാഗം, അതിന്റെ ചരിത്രം. രണ്ട്: 21 ലെയും 22 ലെയും സമ്മേളനങ്ങളിൽ ആദ്യമായി കമ്യൂണിസ്റ്റുകാർ ഉയർത്തിയ ഇന്ത്യയിൽ പൂർണ്ണ സ്വരാജ് എന്ന മുദ്രാവാക്യത്തിന്റെ സവിശേഷത. അതുകൂടി ചേരുന്നതാണ് ഇന്ത്യയിലെ സ്വാതന്ത്ര്യ സമരത്തിൽ കമ്യൂണിസ്റ്റുകാരുടെ പങ്കിന്റെ പ്രാധാന്യം. അതിന്റെ തുടർച്ചയിൽ 1925 ൽ സമ്മേളനം ചേർന്നു എന്നത് യാഥാർത്ഥ്യമാണ്. അതാണ് കാൺപൂരിൽ ചേർന്ന സമ്മേളനം. അത് ചരിത്രമാണ്. അതാരും നിഷേധിക്കേണ്ടതില്ല. അതിന് നേതൃത്വം നല്കിയത് സത്യഭക്ത, അതോടൊപ്പംതന്നെ ശിങ്കാരവേലു ചെട്ടിയാർ, അതുപോലെ എസ് വി ഘാട്ടെയെപ്പോലെയും മുസഫർ അഹമ്മദിനെയും പോലെയുള്ള ആളുകളാണ്. നേരത്തെ സൂചിപ്പിച്ചപോലെ ഹസ്രത് മൊഹാനിയാണ് അവിടെ സ്വാഗതം പറഞ്ഞത്.

1920 ൽ പാർട്ടി രൂപീകരിക്കപ്പെട്ടത് വിദേശത്താണെന്നും, രൂപീകരിക്കുമ്പോൾ വിദേശികൾ ഉണ്ടായിരുന്നു എന്നൊക്കെയുള്ള വാദങ്ങളാണല്ലോ ചിലർ ഇപ്പോൾ ഉന്നയിക്കുന്നത്. കോൺഗ്രസ് രൂപീകരിച്ചവരുടെ കൂട്ടത്തിലും വിദേശികളുണ്ടായിരുന്നു എന്നത് ചരിത്രത്തിന്റെ ഭാഗം. അതേപ്പറ്റി ബി ജെ പിയുടെ പ്രചാരവേലകളുടെ സ്വാധീനം ഇത്തരം വിമർശനങ്ങൾക്ക് പിന്നിലുണ്ടോ എന്ന് കാണേണ്ടതുണ്ട്. കാൺപൂരിൽ ചേർന്ന സമ്മേളനത്തിനു ശേഷം 1926 ൽ ചേർന്ന രണ്ടാം സമ്മേളനത്തിൽ സത്യഭക്ത ഒരു നിലപാടെടുത്തു. കോമിന്റേണുമായി ബന്ധമേ പാടില്ല, ദേശീയ ഇന്ത്യൻ പാർട്ടിയായിരിക്കണം, ദേശീയ ഇന്ത്യൻ കമ്യൂണിസ്റ്റ് പാർട്ടിയായിരിക്കണം, വിദേശ ബന്ധം പാടില്ല എന്നൊക്കെയായിരുന്നു ആ നിലപാട്. രണ്ടാം സമ്മേളനം ഈ നിലപാട് അംഗീകരിക്കാതെ തള്ളിക്കളഞ്ഞു. അങ്ങനെ സത്യഭക്ത രാജിവച്ച് പുറത്തുപോയി. അദ്ദേഹം ദേശീയ ഇന്ത്യൻ കമ്യൂണിസ്റ്റ് പാർട്ടി രൂപീകരിച്ചു. ഇന്ന് പലരും സത്യഭക്തയുടെ വാദക്കാരായി മാറുമ്പോൾ ഈ ചരിത്രവും ഓർക്കുന്നത് നന്നായിരിക്കും.

ഇന്ത്യൻ കമ്യൂണിസ്റ്റ് പ്രസ്ഥാനത്തിന്റെ ഈ ചരിത്രസഞ്ചാരത്തിൽ യഥാർത്ഥത്തിൽ കമ്യൂണിസ്റ്റ് പാർട്ടി ഓഫ് ഇന്ത്യയെന്നാണ് പ്രയോഗിക്കേണ്ടത്. ഇന്ത്യൻ കമ്യൂണിസ്റ്റ് പാർട്ടിയെന്ന് പലപ്പോഴും ഉപയോഗിക്കുന്നുണ്ടെങ്കിലും അതങ്ങനെയല്ല വേണ്ടത്, ഇന്ത്യയിലെ കമ്യൂണിസ്റ്റ് പാർട്ടിയാണ്. അത് സാർവ്വദേശീയമായ കമ്യൂണിസ്റ്റ് പ്രസ്ഥാനത്തിന്റെ ഭാഗമായ ഇന്ത്യയിലെ കമ്യൂണിസ്റ്റ് പാർട്ടിയാണ്. ആദ്യത്തെ രേഖകളിൽ രണ്ടും കാണാൻ കഴിയുമെങ്കിലും വലിയ ചർച്ചകൾക്ക് ശേഷമാണ് കമ്യൂണിസ്റ്റ് പാർട്ടി ഓഫ് ഇന്ത്യ എന്നത് അംഗീകരിക്കപ്പെട്ടത്. ആദ്യം താഷ്കന്റിൽ അംഗീകരിക്കപ്പെട്ടത് ആ പേരിലാണ്. ഇന്ത്യൻ കമ്യൂണിസ്റ്റ്

പാർട്ടി എന്ന് ആ രേഖയ്ക്കകത്ത് ഉദ്ധരിക്കുന്നുണ്ടെങ്കിലും പിന്നീട് കമ്യൂണിസ്റ്റ് പാർട്ടി ഓഫ് ഇന്ത്യ എന്നാണ് പൊതുവെ സ്വീകരിക്കുന്നത്.

പാർട്ടിയുടെ രൂപീകരണത്തിന്റെ ഈ വ്യത്യസ്ത ഘട്ടങ്ങൾ എങ്ങനെയായിരുന്നു, എങ്ങനെയാണ് ഇരുപതിലേക്കെത്തിയത്, ആ രൂപത്തിലുള്ള പ്രവർത്തനങ്ങളിലേക്ക് എങ്ങനെ വന്നു, അതിൽ പങ്കെടുത്ത ആളുകളുടെ ചരിത്ര പശ്ചാത്തലം എന്തൊക്കെയാണ് തുടങ്ങിയ കാര്യങ്ങൾ വിശദമായി തുടർന്ന് പരിശോധിക്കാം.

താഷ്കന്റിലേക്ക് എത്തുംമുമ്പ്

എങ്ങനെയാണ് 1920 ൽ താഷ്കന്റിൽ വച്ച് ഇന്ത്യയിലെ കമ്യൂണിസ്റ്റ് പ്രസ്ഥാനം ആദ്യരൂപം കൈവരിക്കുന്നത്? അല്ലെങ്കിൽ കമ്യൂണിസ്റ്റ് പാർട്ടി ഓഫ് ഇന്ത്യ രൂപംകൊള്ളുന്നത്? ഇതാണ് പ്രധാനമായും കഴിഞ്ഞ ഭാഗത്ത് വിശദീകരിക്കാൻ ശ്രമിച്ചത്. 1920 ചരിത്രത്തിന്റെ തുടക്കമാണ്; 25 ചരിത്രത്തിന്റെ പ്രധാനപ്പെട്ട ഭാഗവും. ഒന്നിനെയും നിഷേധിച്ചുകൊണ്ടല്ല നമ്മൾ ചരിത്രത്തെ മുന്നോട്ട് കൊണ്ടുപോകേണ്ടത്.

1917 നുശേഷം വരുന്ന, ഒരു കാലത്തിന്റെ ഭാഗമാണ് എന്നുള്ളതാണ് 1920 ന്റെ പ്രത്യേകത. 1917 ലോകത്തിന് പുതിയ അനുഭവം പ്രദാനം ചെയ്ത ഘട്ടമാണ്. ഒക്ടോബർ വിപ്ലവത്തെ മാർക്സിസത്തിന്റെ പ്രയോഗത്തിന്റെ ആദ്യത്തെ ഏറ്റവും ശരിയായ ഒരു ഘട്ടം എന്നരൂപത്തിൽ വേണമെങ്കിൽ വിശേഷിപ്പിക്കാം. അത് ലോകത്തെമ്പാടുമുള്ള വിപ്ലവകാരികൾക്ക് ആവേശം നല്കുകയുണ്ടായി. തൊഴിലാളിവർഗ്ഗ രാഷ്ട്രീയത്തിന്റെയും നിലനില്ക്കുന്ന ആധിപത്യത്തിനും അടിച്ചമർത്തലിനും എതിരായ മുന്നേറ്റത്തിന്റെയും ഒരു പുതിയ നൂറ്റാണ്ടിലേക്ക്, പുതിയ ഘട്ടത്തിലേക്ക് ലോകം പ്രവേശിക്കുന്നു എന്ന പ്രതീക്ഷ ഒക്ടോബർ വിപ്ലവം ലോകമാകെ പകർന്നു നല്കി. അത് ഇന്ത്യപോലെ പല രാജ്യങ്ങളിലെയും ദേശീയ വിമോചന പ്രസ്ഥാനങ്ങൾക്ക് കരുത്തുപകരും എന്നും പ്രതീക്ഷിച്ചിരുന്നു. അതുകൊണ്ടുതന്നെ സോവിയറ്റ് യൂണിയനിലേക്ക് പോകാനും അവിടെ സമയം ചെലവഴിക്കാനും ലെനിനുമായും

റഷ്യൻ കമ്യൂണിസ്റ്റ് പാർട്ടിയുടെ നേതാക്കന്മാരുമായും സംവദിക്കാനും അതുവഴി തങ്ങളുടെ രാജ്യങ്ങളിലെ വിമോചന പ്രസ്ഥാനങ്ങൾക്ക് ശരിയായ ദിശ പകരുന്നതിനുള്ള ഊർജ്ജം സംഭരിക്കാനുമുള്ള ശ്രമങ്ങൾ ഈ ഘട്ടത്തിൽ നടന്നിരുന്നു. ഈ ഒരു ഒഴുക്ക് പല രാജ്യങ്ങളിൽനിന്നും സോവിയറ്റ് യൂണിയനിലേക്കും മോസ്കോയിലേക്കും ഈ കാലത്തുണ്ടായിരുന്നു എന്നുകാണാം. നേരത്തെ സൂചിപ്പിച്ചതുപോലെ 1920 ൽ കോമിന്റേൺ കോൺഗ്രസിനകത്ത് സ്വീകരിച്ച സമീപനമാണ് വിവിധ രാജ്യങ്ങളിൽ കമ്യൂണിസ്റ്റ് പാർട്ടികളുടെ രൂപീകരണത്തിന്റെ ഒരു പ്രചോദനവും ഊർജ്ജ സ്രോതസുമായി മാറുന്നത്. അതിന്റെ ഭാഗമായാണ് എം എൻ റോയ് കോൺഗ്രസിന്റെ തീരുമാനപ്രകാരം താഷ്കന്റിൽ ഇന്ത്യൻ കമ്യൂണിസ്റ്റ് പാർട്ടി രൂപീകരണത്തിന് നേതൃത്വം നല്കുന്നത്. എം എൻ റോയിയുടെയും അതേപോലെ തന്നെ ഈ രൂപീകരണ യോഗത്തിൽ പങ്കെടുത്ത പ്രധാനപ്പെട്ട വിപ്ലവകാരികളായ കമ്യൂണിസ്റ്റുകാരായവരുടെയും ജീവചരിത്രത്തിലൂടെയുള്ള പൊതുസഞ്ചാരം അടുത്ത ഭാഗത്തിൽ വിശദമായി നടത്തുന്നുണ്ട്.

യഥാർത്ഥത്തിൽ മോസ്കോയിലേക്കുള്ള പ്രയാണം മുജാഹിറുകളുടെയും അതേപോലെതന്നെ ദേശീയ വിമോചന പ്രസ്ഥാനത്തിൽ കുറേക്കൂടി ശക്തമായ വഴികൾ വേണമെന്ന് ആഗ്രഹിച്ചവരുടേതുമായിരുന്നു എന്ന് കാണേണ്ടതുണ്ട്. ഇത്തരം പ്രയാണങ്ങളുടെ ഒരു ഘട്ടത്തിലാണ് 1915 ഡിസംബർ ഒന്നിന് അഫ്ഗാനിസ്ഥാനിൽ പ്രൊവിഷണൽ ഗവൺമെന്റ് ഓഫ് ഇന്ത്യ രൂപീകരിക്കപ്പെടുന്നത്. ഇന്ത്യയുടെ വിമോചനത്തിനുവേണ്ടി പ്രവർത്തിക്കുന്ന വിപ്ലവകാരികൾ അവിടെ കേന്ദ്രീകരിച്ചുകൊണ്ട് സ്വതന്ത്ര ഇന്ത്യയ്ക്കുവേണ്ടിയുള്ള പ്രൊവിഷണൽ ഗവൺമെന്റാണ് രൂപീകരിക്കുന്നത്. റാണാ മഹേന്ദ്ര പ്രതാപായിരുന്നു അതിന്റെ പ്രസിഡന്റായി തെരഞ്ഞെടുക്കപ്പെട്ടത്. മൗലാന ബർക്കത്തുള്ളയായിരുന്നു പ്രധാനമന്ത്രി. ചെമ്പക രാമൻപിള്ളയായിരുന്നു വിദേശകാര്യമന്ത്രി. അദ്ദേഹം അന്ന് ജർമ്മനിയിൽ താമസിച്ചുകൊണ്ട് വിപ്ലവ പ്രവർത്തനങ്ങൾക്ക് നേതൃത്വം നല്കിക്കൊണ്ടിരുന്ന വ്യക്തിയാണ്.

1919 വരെയാണ് യഥാർത്ഥത്തിൽ ആ പ്രൊവിഷണൽ ഗവൺമെന്റിന്റെ പ്രവർത്തനം അഫ്ഗാനിസ്ഥാനിൽ അനുവദിക്കപ്പെട്ടിരുന്നത്. യുദ്ധത്തിൽ ജർമ്മനിയുടെ പരാജയം അത്തരം പ്രവർത്തനങ്ങൾ മുന്നോട്ടു കൊണ്ടു പോകാൻ കഴിയാത്ത സാഹചര്യമുണ്ടാക്കി. എന്നാൽ ഇതിനിടയിൽത്തന്നെ കൂടുതൽ സഹായം ആവശ്യപ്പെട്ട് റാണാ മഹേന്ദ്ര പ്രതാപ് റഷ്യയിലെ ചക്രവർത്തിക്ക് കത്തെഴുതിയിരുന്നു. 1905 ലെ ഫെബ്രുവരി വിപ്ലവത്തിനു ശേഷമുണ്ടായ ഭരണസംവിധാനത്തിനും കത്തെഴുതിയിരുന്നു. എന്നാൽ പിന്നീട് ബോൾഷെവിക് വിപ്ലവത്തിന് ശേഷമാണ് അദ്ദേഹം റഷ്യ സന്ദർശിക്കുന്നത്. ഈ പ്രൊവിഷണൽ ഗവൺമെന്റിന്റെ പ്രസിഡന്റെന്ന നിലയിൽ റാണാ മഹേന്ദ്ര പ്രതാപും അതേപോലെ പ്രധാനമന്ത്രി എന്ന നിലയിൽ മൗലാന ബർക്കത്തുള്ളയും

എം എൻ റോയ് (നടുക്ക്, കറുത്ത ടൈയും ജാക്കറ്റും) വ്ളാദിമിർ ലെനിൻ (ഇടത്തുനിന്ന് പത്താമത്), മാക്സിം ഗോർക്കി (ലെനിനു പിന്നിൽ) തുടങ്ങിയവർക്കൊപ്പം, 1920 ൽ ആ വർഷം സോവിയറ്റ് റഷ്യയിലെ പെട്രോഗ്രാഡിൽ വച്ചു നടന്ന കമ്യൂണിസ്റ്റ് ഇന്റർനാഷണലിന്റെ രണ്ടാം കോൺഗ്രസിലേക്കുള്ള പ്രതിനിധികളായിരുന്നു. ചിത്രത്തിലുള്ള എല്ലാവരും, കോൺഗ്രസിനു വേദിയായി യുതിറിസ്കി പാലസിൽ വച്ചെടുത്തതാണ് ചിത്രം.

റഷ്യ സന്ദർശിച്ചിട്ടുണ്ട് എന്നത് ചരിത്രത്തിൽ കാണാം. 1920 ലെ താഷ് കന്റിലെ പാർട്ടി രൂപീകരണ സമ്മേളനത്തിൽ പങ്കെടുത്ത മുഹമ്മദ് ഷഫീക്കും മുഹമ്മദാലിയും പ്രൊവിഷണൽ ഗവൺമെന്റ് പ്രതിനിധിക ളായി അവിടേക്ക് വന്നിരുന്നു എന്നും ചില ചരിത്ര രേഖകളിൽ കാണാൻ കഴിയും.

മൗലാന ബർക്കത്തുള്ളയാണ് 'ബോൾഷെവിസവും ഇസ്ലാമിക രാഷ്ട്രങ്ങളും' എന്ന ലഘുലേഖ എഴുതുന്നത്. എങ്ങനെയാണ് ദേശീയ തയെക്കുറിച്ചുള്ള സോഷ്യലിസ്റ്റ് സങ്കല്പങ്ങൾ നില്ക്കുന്നത്, റഷ്യൻ അനുഭവം എന്താണ് എന്നിവ സംബന്ധിച്ചുള്ളതാണ് ഈ ലഘുലേഖ. റഷ്യൻ വിപ്ലവത്തിന് തൊട്ടുപുറകെയാണ് അദ്ദേഹം ഈ ലഘുലേഖ എഴുതിയത്. അത് ഇന്ത്യയിലെ മാത്രമല്ല പല ഭാഷകളിലേക്കും വിവർത്തനം ചെയ്യപ്പെട്ടു. ഏഷ്യൻ രാജ്യങ്ങൾക്കകത്തും യൂറോപ്യൻ രാജ്യങ്ങൾക്കകത്തുമെല്ലാം ഈ ലഘുലേഖയ്ക്ക് ഏറെ പ്രചാരം കിട്ടി. മൗലാന ബർക്കത്തുള്ളയും റാണാ മഹേന്ദ്ര പ്രതാപും സോവിയറ്റ് യൂണിയനിൽ മോസ്കോയിലെത്തി ലെനിനെ കാണാൻ ആഗ്രഹം പ്രകടിപ്പിക്കുകയുണ്ടായി. റാണാ മഹേന്ദ്ര പ്രതാപ് ലെനിനെ കണ്ട അനുഭവം കമ്യൂണിസ്റ്റ് രേഖകൾക്കകത്ത് നമുക്ക് കാണാൻ കഴിയും. ലെനിനെ കാണാൻ ആഗ്രഹം പ്രകടിപ്പിച്ച് താൻ കത്ത് കൊടുത്തുവെന്നും അതിനുശേഷം അദ്ദേഹത്തിന്റെ ഓഫീസിൽ നിന്ന് ചില ആളുകൾ വന്ന് പ്രൊവിഷണൽ ഗവൺമെന്റിനെ സംബന്ധിച്ച് അദ്ദേഹത്തിന്റെ കൈയി ലുള്ള രേഖകൾ കൊണ്ടുപോയി എന്നും മഹേന്ദ്ര പ്രതാപ് എഴുതി യിട്ടുണ്ട്. പിറ്റേ ദിവസമാണ് ലെനിനെ കാണാനുള്ള അനുമതി ലഭി ക്കുന്നത്. ലെനിൻ പ്രവർത്തിക്കുന്ന ഓഫീസിലേക്ക് ബർക്കത്തുള്ളയും മഹേന്ദ്ര പ്രതാപും ഉൾപ്പെടെയുള്ള ആളുകൾ പോകുന്നു. റാണാ മഹേന്ദ്ര പ്രതാപിനെ പരിചയപ്പെട്ട ശേഷം ലെനിൻ അവരോട് ഇരിക്കാൻ പറഞ്ഞു. അത് വളരെ രസകരമായിട്ടാണ് മഹേന്ദ്ര പ്രതാപ് വിശദീകരി ക്കുന്നത്. ലെനിൻ അവരോട് കാര്യങ്ങൾ ചോദിച്ച് മനസ്സിലാക്കി. ദീർഘമായ സംഭാഷണമായിരുന്നു അതെന്ന് സൂചിപ്പിക്കുന്നുണ്ട്. *റിലീജിയൺ ഓഫ് ലൗ* (*പ്രണയത്തിന്റെ മതം*) എന്ന പേരിൽ റാണാ മഹേന്ദ്ര പ്രതാപ് എഴുതിയ ഒരു പുസ്തകമുണ്ട്. അതിന്റെ കോപ്പി യുണ്ടെന്ന് പറഞ്ഞപ്പോൾ ലെനിൻ പറഞ്ഞത് അദ്ദേഹം അത് വായിച്ചു കഴിഞ്ഞിരിക്കുന്നു എന്നാണ്. അത് അത്ഭുതപ്പെടുത്തി എന്ന് റാണാ മഹേന്ദ്ര പ്രതാപ് എഴുതുന്നുണ്ട്. എങ്ങനെയായിരിക്കും അദ്ദേഹം അത് വായിക്കാനിടയായിട്ടുണ്ടാവുക എന്ന് പിന്നീട് മനസ്സിലായി. തലേദിവസം താൻ ലെനിനു വേണ്ടി കൊടുത്തുവിട്ട രേഖകളുടെ കൂട്ടത്തിൽ ഈ പുസ്തകത്തിന്റെ കോപ്പിയും ഉണ്ടായിരുന്നു. ലെനിൻ അതെല്ലാം വായിച്ച് തന്നെക്കുറിച്ചും തന്റെ നിലപാടുകളെക്കുറിച്ചും മനസ്സിലാക്കിയിരിക്കുന്നു എന്നത് ആഹ്ലാദകരമായി എന്ന് റാണാ പ്രതാപ് എഴുതുന്നു. ഇന്ത്യയുടെ സ്വാതന്ത്ര്യ സമര പോരാട്ടങ്ങളെക്കുറിച്ചും ഏത് രൂപത്തിലാണ് അവർ

പ്രവർത്തിക്കാൻ പോകുന്നത് എന്നുമുള്ള കാര്യങ്ങളെല്ലാം വിശദമായി ത്തന്നെ മനസ്സിലാക്കാൻ ലെനിൻ ശ്രമിച്ചിരുന്നു എന്ന് സൂചിപ്പിക്കുന്നുണ്ട്. ഈ കൂടിക്കാഴ്ച വളരെ പ്രധാനപ്പെട്ടതായിരുന്നു. മൗലാന ബർക്കത്തു ള്ളയുടെ വിശദമായ അഭിമുഖം തൊട്ടടുത്ത ദിവസംതന്നെ *പ്രവദ*യിൽ അച്ചടിച്ച് വരികയുണ്ടായി. ഇന്ത്യയിലെ വിപ്ലവ പ്രവർത്തനങ്ങളെ സംബന്ധിച്ചുള്ള കാഴ്ചപ്പാടുകൾ ഏതൊക്കെ രൂപത്തിലാണ് എന്നുള്ളത് തിരിച്ചറിയുന്നതിന് ഇത്തരം കൂടിക്കാഴ്ചകൾ ലെനിനെയും സോവിയറ്റ് യൂണിയനിലെ കമ്യൂണിസ്റ്റ് പ്രസ്ഥാനത്തെയും ഇന്റർനാഷണലിനെയും സഹായിച്ചു.

അതിനുമുമ്പ് തന്നെ ഒക്ടോബർ വിപ്ലവത്തിനുശേഷം റഷ്യയിലെ ബോൾഷെവിക് പാർട്ടി നേതാക്കന്മാരെ കാണാൻ ശ്രമിക്കുന്ന ഒരാൾ വീരേന്ദ്രകുമാർ ചതോപാദ്ധ്യായയാണ്. അദ്ദേഹത്തെക്കുറിച്ചും എം എൻ റോയ് ഉൾപ്പെടെയുള്ള മറ്റ് ആളുകളെക്കുറിച്ചും പുറകെ പരാമർശിക്കാം എന്നാണ് കരുതുന്നത്. അതേപോലെ തന്നെയുള്ള നിരവധി കൂടി ക്കാഴ്ചകൾ, അതിന്റെ അനുഭവങ്ങൾ ഇന്ത്യൻ കമ്യൂണിസ്റ്റ് പ്രസ്ഥാ നത്തിന്റെ ചരിത്രത്തിൽനിന്ന് നമുക്ക് വായിച്ചെടുക്കാൻ കഴിയും.

വിവിധ രാജ്യങ്ങൾക്കകത്തെ ദേശീയ വിമോചന പ്രസ്ഥാനങ്ങ ളുമായി ചേർന്ന് കമ്യൂണിസ്റ്റ് പ്രസ്ഥാനം പ്രവർത്തിക്കുന്നത് സംബന്ധി ച്ചുള്ള ഇന്റർനാഷണലിന്റെ കാഴ്ചപ്പാടുകളും പാർട്ടി രൂപീകരണത്തി ലേക്ക് നയിച്ച ഈ അനുഭവങ്ങളും വളരെ പ്രാധാന്യമേറിയ ഒന്നാണ്.

യഥാർത്ഥത്തിൽ അതിനുമുമ്പ് തന്നെ ഇന്ത്യയിൽ നിരവധി പണി മുടക്കങ്ങൾ നടന്നിരുന്നു. 1907 ലേക്ക് എത്തുമ്പോൾ ഇന്ത്യ പണിമുടക്ക ങ്ങൾക്ക് പക്വമായി എന്ന് ലെനിൻ തന്നെ വിശേഷിപ്പിക്കുന്നുണ്ട്. സാമ്പ ത്തികമാത്ര മുദ്രാവാക്യങ്ങൾക്ക് അപ്പുറത്തേക്ക് രാഷ്ട്രീയ മുദ്രാ വാക്യങ്ങൾ ഉയർത്തിക്കൊണ്ട് തൊഴിലാളി വർഗ്ഗം പണിമുടക്കാൻ തയ്യാ റായി എന്നുള്ളതാണ് ഇന്ത്യൻ തൊഴിലാളിവർഗ്ഗത്തിന് പക്വതയായി എന്ന പരാമർശത്തിലേക്ക് ലെനിനെ എത്തിച്ചത്. ഒക്ടോബർ വിപ്ലവത്തിന് മുമ്പുള്ള അനുഭവമാണിത്.

ഇതിനു മുമ്പുള്ള കാലത്ത് മാർക്സിന്റെ രചനകളിൽ 1857 ലെ ഇന്ത്യയിലെ ഒന്നാം സ്വാതന്ത്ര്യ സമരത്തെക്കുറിച്ചുള്ള പരാമർശങ്ങൾ വന്നിട്ടുണ്ട്. അതിലാണ് ഇന്ത്യയെക്കുറിച്ചുള്ള മാർക്സിന്റെ കാഴ്ചപ്പാ ടുകൾ വിശദമായി പരാമർശിക്കപ്പെടുന്നത്. എന്നാൽ *മാനിഫെസ്റ്റോ*യ്ക്ക് മുമ്പുതന്നെ എഴുതിയ കൃതികളിലൊന്നായ, 1932 ൽ മാത്രം പ്രസിദ്ധ പ്പെടുത്തിയ *ജർമ്മൻ ഐഡിയോളജി*ക്കകത്തും മാർക്സ് ഇന്ത്യയെക്കു റിച്ചുള്ള പരാമർശം നടത്തുന്നുണ്ട്. ഇംഗ്ലണ്ടിൽ ഒരു പുതിയ യന്ത്രം കണ്ടുപിടിച്ചുകഴിഞ്ഞാൽ ഇന്ത്യയിലെയും ചൈനയിലെയും പരമ്പരാഗത തൊഴിലാളികളുടെ അന്നംമുട്ടും എന്ന പരാമർശം അദ്ദേഹം അതിനകത്ത് നടത്തുന്നുണ്ട്.

ഇതേപോലെയുള്ള പരാമർശങ്ങൾ ഉണ്ടെങ്കിലും മാർക്സിസത്തെ ഇന്ത്യക്കാർക്ക് കൂടുതൽ പരിചിതമാകുന്നത് ഒക്ടോബർ വിപ്ലവത്തിന് ശേഷമുള്ള അനുഭവത്തിലൂടെയാണ്. ഒരു സമത്വ സുന്ദര ലോകത്തെ ക്കുറിച്ചുള്ള കാഴ്ചപ്പാടുകൾ രൂപപ്പെടുത്തുന്നതിന് അത് സഹായക രമായി. ഇത്തരത്തിൽ ലെനിനെയും ഒക്ടോബർ വിപ്ലവത്തിന്റെ നേതാ ക്കന്മാരെയും കണ്ട നിരവധി വിപ്ലവകാരികൾ അവരുടെ പ്രവർത്തന ത്തിന്റെ ഒരു ഘട്ടത്തിലാണ് 1920 ൽ താഷ്കന്റിൽവച്ച് കമ്യൂണിസ്റ്റ് പാർട്ടി രൂപീകരിക്കുന്നത്. അതിന് നേതൃത്വം നല്കിയത് എം എൻ റോയിയാണ് എന്നുള്ളത് എല്ലാവർക്കുമറിയാം. മാനവേന്ദ്ര നാഥ് റോയി എന്നാണ് അദ്ദേഹത്തിന്റെ പൂർണ്ണമായ പേര്. എങ്ങനെയാണ് ഇന്ത്യയിൽ ജനിച്ച ആ മനുഷ്യൻ ലോകത്തിലെ ഇത്രയേറെ രാജ്യങ്ങൾ സന്ദർശിച്ച്, മെക് സിക്കൻ കമ്യൂണിസ്റ്റ് പാർട്ടിയുടെ സെക്രട്ടറിയായി, ഇന്ത്യയിലെ കമ്യൂണിസ്റ്റ് പാർട്ടി രൂപീകരണത്തിലേക്ക് എത്തിയത് എന്നും കമ്യൂണിസ്റ്റ് പാർട്ടിയുടെ രൂപീകരണ ചരിത്രത്തിൽ വ്യക്തി എന്ന നിലയിൽ അദ്ദേഹത്തിന്റെ പങ്ക് എന്തൊക്കെയാണ് എന്നും കൂടാതെ ആചാര്യയെപ്പോലെയുള്ള ആളുകളും ആ സമ്മേളനത്തിൽ പങ്കെടുത്ത മറ്റ് ഓരോരുത്തരും എന്തെല്ലാം സംഭാവനകൾ നല്കിയിട്ടുണ്ട് എന്നും വിശദമായി പരിശോധിക്കാം.

വിദേശത്ത് രൂപീകരിച്ചത് എങ്ങനെ അയോഗ്യതയാകും?

കമ്യൂണിസ്റ്റ് പാർട്ടി രൂപീകരണത്തിൽ സജീവ പങ്കുവഹിച്ച നേതാക്കളെപ്പറ്റി പറയുന്നതിനുമുമ്പ് റാണാ മഹേന്ദ്ര പ്രതാപിനെക്കുറിച്ച് അല്പംകൂടി വിശദമാക്കേണ്ടതുണ്ട്. അദ്ദേഹത്തിന്റെ ജീവിതത്തിൽ പിന്നീട് കമ്യൂണിസ്റ്റ് പ്രസ്ഥാനവുമായി ബന്ധമുണ്ടോ എന്നൊരു ചോദ്യം ഉയരുന്നുണ്ട്.

അഫ്ഗാനിസ്ഥാനിൽ രൂപീകരിച്ച സ്വതന്ത്ര ഇന്ത്യയുടെ പ്രൊവിഷണൽ ഗവൺമെന്റിന്റെ പ്രസിഡന്റായിരുന്നു അദ്ദേഹം എന്ന് പറഞ്ഞല്ലോ. വിപ്ലവ പ്രവർത്തനങ്ങളിലൂടെ ഇന്ത്യയുടെ വിമോചനം സാദ്ധ്യമാവും എന്ന് അദ്ദേഹം പ്രതീക്ഷിച്ചിരുന്നു. ഒക്ടോബർ വിപ്ലവത്താൽ പ്രചോദിതരായ സംഘത്തിനകത്ത് തന്നെയാണ് അവരുമുള്ളത്. നേരത്തെ പറഞ്ഞതുപോലെ, അദ്ദേഹം ലെനിനുമായി കൂടിക്കാഴ്ച നടത്തുന്നുണ്ട്. അതിനുശേഷം അദ്ദേഹം അഫ്ഗാനിസ്ഥാനിലേക്ക് തിരിച്ചു.

ജർമ്മനിയുടെ പരാജയത്തിനുശേഷം 1919 ഓടെ അവിടുത്തെ പ്രവർത്തനങ്ങൾ മന്ദീഭവിച്ചു. പിന്നീട് യൂറോപ്യൻ രാജ്യങ്ങളിലും മറ്റുമായി ഇന്ത്യയുടെ വിപ്ലവ പ്രവർത്തനങ്ങളെ ശക്തിപ്പെടുത്തുന്ന കാര്യങ്ങൾ ഏകോപിപ്പിക്കാൻ അദ്ദേഹം ശ്രമിക്കുകയുണ്ടായി. പിന്നീട് ഇന്ത്യയിലേക്ക് തിരിച്ചുവന്ന് സ്വാതന്ത്ര്യ സമരത്തിന്റെ ഭാഗമായി. പഞ്ചായത്ത് രാജ് സംവിധാനത്തിലൂടെ ഗ്രാമങ്ങളിലേക്ക് അധികാരം കൈമാറണം എന്ന നിർദ്ദേശം അദ്ദേഹം മുന്നോട്ടുവെച്ചു. ജനങ്ങളിലേക്ക്

അധികാരം കൈമാറുക എന്നതായിരുന്നു കാഴ്ചപ്പാട്. 73, 74 ഭരണഘടനാ ഭേദഗതികളിലൂടെ ഇക്കാര്യം ചർച്ച ചെയ്യപ്പെടുന്നതിന് എത്രയോ പതിറ്റാണ്ടുകൾ മുമ്പാണ് ഇതെന്നു കാണണം. കമ്യൂണിസ്റ്റുകാരും ഇത്തരം കാഴ്ചപ്പാടുകൾ മുന്നോട്ടു വച്ചിരുന്നു. 1957 ലെ പാർലമെന്റ് തിരഞ്ഞെടുപ്പിൽ അദ്ദേഹം സ്വതന്ത്ര സ്ഥാനാർത്ഥിയായിട്ടാണ് മത്സരിച്ചത്. ഉത്തർപ്രദേശിലെ മഥുരയിൽ നിന്നാണ് അദ്ദേഹം തിരഞ്ഞെടുക്കപ്പെട്ടത്. കോൺഗ്രസ് സ്ഥാനാർത്ഥിയാണ് രണ്ടാമതെത്തിയത്. നാലാം സ്ഥാനത്തെത്തിയ സ്ഥാനാർത്ഥി പിന്നീട് ചരിത്രത്തിൽ ഇടം നേടി. ഭാരതീയ ജനസംഘത്തിന്റെ സ്ഥാനാർത്ഥിയായിരുന്ന അടൽ ബിഹാരി വാജ്പേയ് ആയിരുന്നു അത്.

1920 ൽ പാർട്ടി രൂപംകൊള്ളുമ്പോൾ അത് ഏതെങ്കിലും ഒരു ധാരയുടേതോ വ്യക്തിയുടേതോ മാത്രം സംഭാവനയിൽ രൂപപ്പെട്ടതല്ല എന്ന് തുടക്കത്തിൽ സൂചിപ്പിച്ചല്ലോ. യഥാർത്ഥത്തിൽ വ്യത്യസ്ത ധാരകൾ അതിൽ സംഭാവന ചെയ്തിട്ടുണ്ട്. ഇന്ത്യയിലെ കമ്യൂണിസ്റ്റ് പ്രസ്ഥാനത്തിന്റെ രൂപീകരണ ചരിത്രത്തിൽ ഈ ധാരകളെ പരാമർശിക്കാതെ നമുക്ക് തുടങ്ങാനേ കഴിയില്ല.

അതിൽ ഒന്ന്, നേരത്തെ പറഞ്ഞതുപോലെയുള്ള ദേശീയ പ്രസ്ഥാനത്തിൽ പ്രവർത്തിച്ചിരുന്ന ഇന്ത്യയിലെ വിപ്ലവകാരികളുടെ സംഭാവനയാണ്. അവരിൽ പലരും അമേരിക്കയിലോ ബ്രിട്ടനിലോ ജർമ്മനി ഉൾപ്പെടെയുള്ള മറ്റു യൂറോപ്യൻ രാജ്യങ്ങളിലോ പ്രവർത്തിച്ചിരുന്നവർ ആയിരുന്നു. അവർ അവിടെ ഇന്ത്യൻ ഗ്രൂപ്പുകൾ രൂപീകരിച്ചിരുന്നു. ഒക്ടോബർ വിപ്ലവത്തിനുശേഷം അതിൽ ആകൃഷ്ടരാകുകയും മോസ്കോയിലേക്ക് തിരിയാൻ ശ്രമിക്കുകയും ചെയ്തു. സരോജിനി നായിഡുവിന്റെ സഹോദരൻ വീരേന്ദ്രനാഥ് ചതോപാദ്ധ്യയെപ്പോലെയുള്ള ആളുകൾ അതിൽ പ്രമുഖരാണ്.

രണ്ടാമത്തേത്, പ്രൊവിഷണൽ ഗവൺമെന്റ് ഓഫ് ഇൻഡിപ്പെന്റന്റ് ഇന്ത്യ എന്ന പേരിൽ അഫ്ഗാനിസ്ഥാനിൽ രൂപംകൊണ്ട സംവിധാനമാണ്. അതിനെപ്പറ്റി നേരത്തേ വിശദീകരിച്ചു.

ഒന്നാം ലോക മഹായുദ്ധകാലത്തും അതിനുശേഷവും വിദേശത്തു പോയ ഖിലാഫത്തുകാരും ഹിജറ പ്രസ്ഥാനക്കാരും മറ്റൊരു കൂട്ടരാണ്. സ്വന്തം രാജ്യത്ത് പീഡനങ്ങൾ ഉണ്ടാകുമ്പോൾ ആ രാജ്യം ഉപേക്ഷിച്ച് മറ്റൊരിടത്തു പോയി രാജ്യത്തിനുവേണ്ടി പ്രവർത്തിക്കുന്നവരായിരുന്നു അവർ. പ്രധാനമായും തുർക്കിയിലേക്ക് പോകാനാണ് അവർ ശ്രമിച്ചിരുന്നത്. അഫ്ഗാൻ വഴിയായിരുന്നു തുർക്കിയിലേക്കുള്ള യാത്ര. എന്നാൽ അവിടെ വച്ച് ഒക്ടോബർ വിപ്ലവത്തിൽ ആകൃഷ്ടരായി അവരിൽ ഒരുവിഭാഗം സോവിയറ്റ് യൂണിയനിലേക്ക് പോകുന്നു. അവരാണ് താഷ്കന്റിലേക്കും മോസ്കോയിലേക്കും പോയി യൂണിവേഴ്സിറ്റി ഓഫ് ഈസ്റ്റിലെ വിദ്യാർത്ഥികളായി മാറിയവർ.

അതോടൊപ്പം തന്നെ പ്രധാനമാണ് ഇന്ത്യയിലെ ദേശീയ പ്രസ്ഥാനത്തിനോട് വിയോജിച്ചുകൊണ്ട്, തീവ്രവാദ നിലപാടുകൾ സ്വീകരിച്ച് ആയുധമേന്തിയാണെങ്കിൽ പോലും, ബ്രിട്ടീഷുകാരെ തുരത്തിയോടിക്കണം എന്ന് കരുതിയിരുന്ന ചന്ദ്രശേഖർ ആസാദിനെയും ഭഗത്സിങ്ങിനെയും പോലെയുള്ളവർ. ഭീകരവാദ രീതിയിലൂടെയെങ്കിലും ഇന്ത്യയുടെ സ്വാതന്ത്ര്യം വേണമെന്ന് കരുതിയിരുന്ന വ്യത്യസ്ത ഗ്രൂപ്പുകളുണ്ടായിരുന്നു. ആ ഗ്രൂപ്പുകളും ഒക്ടോബർ വിപ്ലവത്തോടുകൂടി ഒരു പുതിയ ധാരയിലേക്ക്, വിപ്ലവത്തിന്റെ പുതിയ വഴിയിലേക്ക് സഞ്ചരിക്കണമെന്ന് ആഗ്രഹിച്ചു. തൊഴിലാളികളെയും കർഷകരെയുംകൂടി സംഘടിപ്പിച്ച് വിപ്ലവ പ്രസ്ഥാനത്തിന്റെ ഭാഗമായി നില്ക്കണമെന്ന് ആഗ്രഹിച്ചിരുന്ന ആളുകൾ വേറെയും ഉണ്ടായിരുന്നു. എസ് എ ഡാങ്കെയെപ്പോലെ, ശിങ്കാരവേലു ചെട്ടിയാരെപ്പോലെ, മുസാഫർ അഹമ്മദിനെപ്പോലെയുള്ളവർ. പിന്നീട് കമ്യൂണിസത്തിലേക്കു വന്ന അവരും ദേശീയ വിമോചന പ്രസ്ഥാനത്തിന്റെ ഭാഗമായി പ്രവർത്തിച്ചിരുന്നവരായിരുന്നു. ഇങ്ങനെയുള്ള വ്യത്യസ്ത ധാരകളെല്ലാം ഇന്ത്യയിലെ കമ്യൂണിസ്റ്റ് പ്രസ്ഥാനത്തിന്റെ വളർച്ചയ്ക്ക് പ്രധാനപ്പെട്ട സംഭാവനകൾ നല്കിയിട്ടുണ്ട് എന്നതും നമ്മൾ കാണേണ്ടതാണ്.

1920 ൽ താഷ്കന്റിൽ പാർട്ടി രൂപംകൊള്ളുന്നത് നേരത്തെ പറഞ്ഞതുപോലെ ഏതെങ്കിലും ഒരുസംഘം വ്യക്തികളുടെ പ്രവർത്തനത്തിന്റെ ഭാഗമായി മാത്രമല്ല എന്ന് കാണണം. ഓരോ കാലത്തും നിലനില്ക്കുന്ന സാഹചര്യങ്ങളുമായി ചേർത്തുവച്ചുകൊണ്ടാണ് ചരിത്രത്തെ നമ്മൾ വായിച്ചെടുക്കുന്നത്. മൂർത്തമായ ഒരു വിശകലനത്തിലൂടെയേ അത് സാധിക്കൂ. അതിൽ വ്യക്തികൾ പങ്കുവഹിക്കുന്നുണ്ട്. പക്ഷേ, ചരിത്രം സൃഷ്ടിക്കുന്നത് വ്യക്തികളല്ല. വ്യക്തികൾക്ക് ചരിത്രഘട്ടങ്ങളെ മൂർത്തമായി തിരിച്ചറിയാനും മുദ്രാവാക്യങ്ങൾ ആവിഷ്കരിക്കുന്നതിനും എത്രമാത്രം കഴിയുന്നു എന്നത് പ്രധാനപ്പെട്ട കാര്യമാണ്. അതിന്റെ വിശദാംശങ്ങളിലേക്ക് പോകുന്നില്ല.

ഇന്ത്യയിലെ കമ്യൂണിസ്റ്റ് പ്രസ്ഥാനത്തിന്റെ രൂപീകരണം 1920 ലോ 25 ലോ ഈ തർക്കമാണല്ലോ തുടക്കത്തിൽ പരാമർശിച്ചിരുന്നത്. '25 ലാണ് പാർട്ടി. 1920 ലേത് ഗ്രൂപ്പുമാത്രമായിരുന്നു', 'താഷ്കന്റ് ഗ്രൂപ്പാ'ണ് എന്നൊക്കെ വാദിക്കുന്നവരുണ്ട് . എന്നാൽ 1925 എന്ന് വാദിക്കുന്ന വിഭാഗത്തിനും 1920 ന്റെ പ്രാധാന്യത്തെ ചുരുക്കിക്കാണിക്കാൻ കഴിയില്ല. 1920 ൽ താഷ്കന്റിൽ രൂപംകൊണ്ടത് ഗ്രൂപ്പല്ല കമ്യൂണിസ്റ്റ് പാർട്ടി ഓഫ് ഇന്ത്യയാണ് എന്ന് പല രേഖകളും വ്യക്തമാക്കുന്നുണ്ട്. അവിഭക്ത കമ്യൂണിസ്റ്റ് പാർട്ടിയിലും പിന്നീട് സി പി ഐയുടെ നേതൃനിരയിലുമുണ്ടായിരുന്ന ജി അധികാരി എഡിറ്റ് ചെയ്ത പുസ്തകത്തിലും ഈ ഭാഗം എടുത്ത് പറയുന്നുണ്ട്. 1920 ൽ രൂപംകൊണ്ടത് കമ്യൂണിസ്റ്റ് പാർട്ടി ഓഫ് ഇന്ത്യയാണ് എന്ന് അദ്ദേഹം ആ കൃതിയുടെ തുടക്കത്തിൽ പൊതു ആമുഖത്തിനകത്ത് സൂചിപ്പിക്കുന്നുണ്ട്. എങ്കിൽ എങ്ങനെയാണ് 1959

ലെ പാർട്ടി ഭരണഘടനയിൽ ഇപ്പോൾ പലരും പറയുന്ന 1925 എന്നത് അംഗീകരിക്കപ്പെട്ടത് എന്ന ചോദ്യവും ഉയരുന്നു. 1920 ലെ ആധികാരിക രേഖകൾ ലഭ്യമാകുന്നതിനു മുമ്പുള്ള ചരിത്രമാണ് രൂപീകരണം 1925 ൽ എന്ന രൂപത്തിൽ കണ്ടിരുന്നത്. പിന്നീട് ഈ രേഖകൾ ലഭ്യമായതോടു കൂടിയാണ് 1920 എന്ന നിഗമനത്തിലേക്ക് എത്തിയത്. 1925 എന്ന് പറയുമ്പോൾത്തന്നെ 1920 ന്റെ ചരിത്ര പ്രാധാന്യത്തെ അധികാരി വ്യക്തമാക്കുന്നുണ്ട്.

1925 ലെ യോഗം വിളിച്ചുചേർത്തത് സത്യഭക്തയാണ്. അദ്ദേഹത്തിന്റെ അഭിപ്രായങ്ങൾ കമ്യൂണിസ്റ്റ് അഭിപ്രായഗതികളോട് ചേർന്നു നില്ക്കുന്നതായിരുന്നില്ല എന്നും അധികാരി സൂചിപ്പിക്കുന്നുണ്ട്. യഥാർത്ഥ കമ്യുണിസ്റ്റുകാർ പെട്ടെന്നുതന്നെ അദ്ദേഹത്തിന്റെ അഭിപ്രായം തള്ളിക്കളഞ്ഞുകൊണ്ട് ആ സമ്മേളനത്തിന്റെ നിയന്ത്രണം ഏറ്റെടുക്കുകയാണ് ചെയ്തത് എന്ന ചരിത്രസത്യവും അദ്ദേഹം എടുത്ത് പറയുന്നുണ്ട്. എന്നാൽ 1920 ലും 1925 ലും യഥാർത്ഥത്തിൽ കമ്യൂണിസ്റ്റ് പാർട്ടി കേന്ദ്രീകൃത സംവിധാനത്തിലേക്ക് വരുന്നില്ല. 1920 ൽ താഷ്കന്റിൽ രൂപംകൊണ്ട പാർട്ടിയെ ഇന്റർനാഷണൽ അംഗീകരിക്കുന്നുണ്ട്; അഫിലിയേറ്റ് ചെയ്യുന്നില്ല. 1925 ലും അഫിലിയേഷൻ വരുന്നില്ല. അഫിലിയേഷൻ വരുന്നത് 1934 ലാണ്. അതിന്റെ ചരിത്രം പിന്നീടുള്ള വഴിയിലൂടെ ഞാൻ വിശദമാക്കാം.

യഥാർത്ഥത്തിൽ 1925 ൽ സത്യഭക്ത വിളിച്ചുചേർത്ത യോഗത്തിൽ പാർട്ടി പരിപാടി അംഗീകരിക്കപ്പെടുന്നില്ല. അവിടെ ഇന്ത്യയിൽ പലയിടങ്ങളിലായി പ്രവർത്തിച്ചിരുന്ന കമ്യൂണിസ്റ്റുകാർ ഒത്തുചേർന്നു എന്നുള്ളതാണ് ഉണ്ടായത്.

വിദേശത്തു വച്ച് രൂപീകരിക്കപ്പെട്ടത് മാത്രമാണ് പ്രശ്നം എന്ന് ചിലർ പറയുന്നുണ്ട്. അങ്ങനെയാണെങ്കിൽ നേപ്പാൾ കമ്യൂണിസ്റ്റ് പാർട്ടിയുടെ യോഗം ബനാറസിൽ ചേരുകയും പ്രഖ്യാപനവും മറ്റു കാര്യങ്ങളും കൽക്കട്ടയിലുമാണല്ലോ നടക്കുന്നത്. പല കമ്യൂണിസ്റ്റ് പാർട്ടികളും വിദേശത്താണ് രൂപീകരിക്കപ്പെട്ടിട്ടുള്ളത്. അതിനു കാരണം അവർ പ്രവർത്തിക്കുന്ന രാജ്യങ്ങളിൽ ഏറ്റുവാങ്ങേണ്ടി വന്ന അടിച്ചമർത്തലുകളാണ്. സ്വതന്ത്രമായി അത്തരം യോഗങ്ങൾ ചേരാൻ കഴിയാത്ത സാഹചര്യമുണ്ടായിരുന്നു. ആ സാഹചര്യമാണ് വിദേശ രാജ്യങ്ങളിൽ പോയി അത്തരം യൂണിറ്റുകൾ രൂപീകരിക്കാൻ അവരെ നിർബ്ബന്ധിതരാക്കിയത്.

ഇന്ത്യയെ സംബന്ധിച്ചാണെങ്കിൽ മറ്റൊരു സവിശേഷത കൂടിയുണ്ട്. 1917 ലെ ഒക്ടോബർ വിപ്ലവത്തിൽ ആകർഷിക്കപ്പെട്ട ആളുകൾ, 1920 ലെ ഇന്റർനാഷണലിന്റെ രണ്ടാം കോൺഗ്രസ് അംഗീകരിച്ച പ്രമേയം, അതിന്റെ തുടർച്ചയായ കാര്യങ്ങൾ എല്ലാം 1920 ൽ താഷ്കന്റിലെ കമ്യൂണിസ്റ്റ് പാർട്ടി ഓഫ് ഇന്ത്യയുടെ രൂപീകരണത്തിന് ആധാരമായിട്ടുണ്ട് എന്നു കാണണം. സ്ഥാപിച്ചവരിൽ വിദേശികളുണ്ട് എന്ന

വിതണ്ഡവാദം നന്നായി കാര്യങ്ങൾ പഠിക്കുന്ന സുഹൃത്തുക്കൾ പോലും ഉയർത്തുകയുണ്ടായി. അപ്പോൾ മെക്സിക്കൻ കമ്യൂണിസ്റ്റ് പാർട്ടി സ്ഥാപിച്ചയാളായി എം എൻ റോയിയെ അവർ എങ്ങനെ അംഗീകരിക്കും? ഇന്ത്യൻ വിപ്ലവകാരിയായ അദ്ദേഹം അങ്ങോട്ട് പോയി അവിടെ ചെന്നിട്ടാണ് കമ്യൂണിസ്റ്റ് പാർട്ടി രൂപീകരിക്കുന്നത്. സ്ഥാപകനായി എല്ലാവരും പരിഗണിക്കുന്നത് എം എൻ റോയിയെയാണ്. അപ്പോൾ അത്തരം തെറ്റായ വാദങ്ങൾ പോലും തങ്ങൾ സ്വീകരിച്ച ഒന്നിനെ സാധൂകരിക്കാൻ പലരും ഉപയോഗിക്കുന്നു എന്നതാണ് തെറ്റ്. ഇപ്പോൾ 1925 ലാണ് രൂപീകരണം എന്ന് അവർ കണക്കാക്കുന്നു, 1920 ലെ പ്രാധാന്യത്തെക്കുറച്ച് കാണാതെ തന്നെ. 1920 ലാണ് തുടക്കം എന്ന നിലപാടാണ് ശരിയായത്.

1930 ലാണ് പാർട്ടിക്ക് കർമ്മപരിപാടി തയ്യാറാക്കുന്നത്. അതാണ് ഇന്റർനാഷണലിന്റെ മുഖപത്രമായ *ഇൻപ്രകോറി* (Inprecor) ൽ പ്രസിദ്ധപ്പെടുത്തുന്നത്. പിന്നീട് 1934 ലാണ് കുറേക്കൂടി വിശദമായ ഒരു പരിപാടിയിലേക്ക് എത്തുന്നത്. അതും മൂർത്തമായ പരിപാടി എന്ന് പറയുവാൻ കഴിയില്ല. അതിന്റെ തുടർച്ചയിലാണ് ഇന്റർനാഷണൽ ഇന്ത്യയിലെ കമ്യൂണിസ്റ്റ് പ്രസ്ഥാനത്തെ അംഗീകരിക്കുന്നത്. 1933 അവസാനമാണ് കൽക്കത്തയിൽ പാർട്ടിയുടെ കേന്ദ്രീകൃത പ്രവർത്തനങ്ങൾ ആരംഭിക്കുന്നത്. കൽക്കത്തയിലും ചെന്നൈയിലും മഹാരാഷ്ട്രയിലുമുള്ളവരും 1925 ൽ യോഗം ചേർന്നെങ്കിലും പാർട്ടി കേന്ദ്രീകൃത സംവിധാനത്തിലേക്ക് വരുന്നത് 1933 അവസാനമാണ്. 1934 ൽ ഇന്റർനാഷണൽ അംഗീകരിക്കുന്നുമുണ്ട്. ഇന്റർനാഷണൽ അഫിലിയേറ്റ് ചെയ്യുന്നതും അന്നാണെന്നാണു ചിലർ പറയുന്നത്. അത് ശരിയല്ല. ഔദ്യോഗികമായി അംഗീകരിക്കപ്പെടുന്നത് 1920 ലാണ്.

അപ്പോൾ ഈ ചരിത്ര സന്ദർഭങ്ങളെല്ലാം പ്രധാനപ്പെട്ടതാണ്. ചരിത്രത്തെ നമ്മൾ വായിച്ചെടുക്കുന്നത് ഏതെങ്കിലും ഒന്നിനെ മാത്രം കൈവെള്ളയിലെടുത്തു കൊണ്ടല്ല; ഒരു തുടർച്ചയിലൂടെയാണ്. 1920 ലെ രൂപീകരണത്തിൽ പ്രധാനപ്പെട്ട പങ്കുവഹിച്ചൊരാൾ എം എൻ റോയിയാണ്. എം എൻ റോയിയുടെ ജീവിത ചരിത്രത്തിലൂടെ നമ്മൾ സഞ്ചരിക്കുമ്പോൾ ചിലർ പെട്ടെന്ന് ചോദിക്കും എം എൻ റോയി പിന്നീട് കമ്യൂണിസത്തിൽനിന്ന് വിടപറഞ്ഞുപോയല്ലോ എന്ന്. ശരിയാണ് അദ്ദേഹം ആദ്യം കോൺഗ്രസിൽ ചേർന്നു. പിന്നീട് റാഡിക്കൽ പാർട്ടിയിലേക്ക് മാറി. മാനവികതയുടെ പുതിയ സിദ്ധാന്തം എന്ന പേരിൽ റാഡിക്കൽ ഹ്യൂമനിസം എന്ന പുതിയ കാഴ്ചപ്പാട് ഉയർത്തിപ്പിടിച്ചിട്ടുണ്ട്. അതുകൊണ്ട് എം എൻ റോയിയെക്കുറിച്ച് ഇപ്പോൾ പറയുന്നത് പ്രസക്തമാണോ എന്ന് ചിലർ ചോദിക്കുന്നു. യഥാർത്ഥത്തിൽ എം എൻ റോയി കമ്യൂണിസ്റ്റ് പാർട്ടിയുടെ രൂപീകരണത്തിലും കമ്യൂണിസ്റ്റ് പാർട്ടിയുടെ കാഴ്ചപ്പാടുകൾ ആവിഷ്കരിക്കുന്നതിലും ഇന്ത്യയിൽ വഹിച്ചിട്ടുള്ള പങ്കും സ്വാതന്ത്ര്യ സമരത്തിനു നല്കിയ പ്രധാനപ്പെട്ട സംഭാവനകളും

ഇന്ത്യയിലെ തൊഴിലാളിവർഗ്ഗ രാഷ്ട്രീയ ചരിത്രത്തിന്റെ ഭാഗമാണ്. അദ്ദേഹം ഇടക്കാലത്ത് മറ്റൊരു വഴിയിലേക്ക് പോയി എന്നത് ഈ ക്രിയാത്മകമായ, ചരിത്രപരമായ സംഭാവനകളെ നിഷേധിക്കാൻ ഒരു കാരണമേ അല്ല. ഈ സംഭാവനകൾ അംഗീകരിക്കുന്നത് പിന്നീട് അദ്ദേഹം എടുത്ത സമീപനങ്ങളെ വിമർശിക്കുന്നതിനു തടസ്സവുമല്ല. ഈ സംഭാവനകൾ ചരിത്രപരമാണ്. അത് വളരെ നിസ്തുലമാണ്. അസാധാരണവും സാഹസികവുമായ ഒരു കമ്യൂണിസ്റ്റ് ജീവിതത്തിന്റെ ഉടമയായിരുന്നു എം എൻ റോയ് എന്നുള്ളത് വളരെ പ്രധാനമാണ്. അദ്ദേഹത്തിന്റെ ജീവചരിത്രത്തിന്റെ ഒരു ചെറിയ ഭാഗം മാത്രമേ നമുക്ക് വിശദീകരിക്കാൻ കഴിയുകയുള്ളൂ. ഇന്ത്യയിലെ കമ്യൂണിസ്റ്റ് പ്രസ്ഥാന രൂപീകരണം വരെയുള്ള എം എൻ റോയിയുടെ സംഭാവനകളും അതിനുശേഷമുള്ള ഇടപെടലുകളും അടുത്ത അദ്ധ്യായത്തിൽ ഹ്രസ്വമായി പരിശോധിക്കാം.

എം എൻ റോയ് മഹത്തരമായ പങ്ക്

സംഭവബഹുലമായ ജീവിതമാണ് എം എൻ റോയിയുടേത്. പില്ക്കാലത്ത് കമ്യൂണിസ്റ്റ് പ്രസ്ഥാനത്തിൽനിന്ന് വേർപിരിഞ്ഞു പോയെങ്കിലും ഈ സമ്പന്നമായ ചരിത്രം കമ്യൂണിസ്റ്റ് പ്രസ്ഥാനത്തിന്റെ സ്വന്തമാണ്. കമ്യൂണിസ്റ്റ് പ്രസ്ഥാനത്തിന് അദ്ദേഹം നല്കിയ സംഭാവനകളും പ്രധാനപ്പെട്ടതാണ്.

എം എൻ റോയ് എന്നാൽ മാനവേന്ദ്രനാഥ റോയി. ശരിക്കും അദ്ദേഹത്തിന്റെ പേര് നരേന്ദ്രനാഥ് ഭട്ടാചാര്യ എന്നായിരുന്നു. മിഡ്നാപൂരിൽ ഒരു ബ്രാഹ്മണ കുടുംബത്തിൽ ജനിച്ചയാൾ. അമ്മ വസന്തകുമാരി ദേവിയുടെ അമ്മാവൻ പണ്ഡിറ്റ് ശിവനാഥ് ശാസ്ത്രി വലിയ വിപ്ലവകാരിയായിരുന്നു. പൂണൂൽ പൊട്ടിച്ചെറിഞ്ഞ ബംഗാളിലെ ആദ്യത്തെ നവോത്ഥാന പ്രസ്ഥാനത്തിന്റെ ഭാഗമായിരുന്നു. വിദ്യാർത്ഥിയായിരിക്കുമ്പോൾ തന്നെ തീവ്രമായ ദേശീയ വിമോചന പ്രസ്ഥാനത്തിന്റെ തീക്ഷ്ണതകളിലേക്ക് റോയ് എടുത്തെറിയപ്പെടുകയായിരുന്നു. അദ്ദേഹത്തിന്റെ ജീവചരിത്രം മുഴുവൻ പരാമർശിക്കണമെന്ന് കരുതുന്നില്ല. ചുരുക്കത്തിൽ അദ്ദേഹത്തെക്കുറിച്ച് വിശദീകരിക്കാൻ ശ്രമിക്കാം.

ബംഗാളിൽനിന്ന് അദ്ദേഹം ജർമ്മനിയിലേക്ക് പോകുന്നു. ജർമ്മനി അപ്പോൾ ഇത്തരത്തിലുള്ള പ്രവർത്തനങ്ങളെ സഹായിക്കുന്ന ഘട്ടമാണ്. ഇംഗ്ലണ്ടിനെതിരെ നിലപാട് സ്വീകരിക്കുന്നു എന്നതുകൊണ്ട്

കൊളോണിയൽ രാജ്യങ്ങളിലെ ഇംഗ്ലണ്ടിന്റെ ആധിപത്യത്തിനെതിരെയുള്ള പോരാട്ടങ്ങളെ സഹായിക്കുന്ന ഘട്ടം. ബ്രിട്ടീഷുകാരെ തുരത്തിയോടിക്കാൻ അവിടെനിന്ന് എങ്ങനെയൊക്കെ ആയുധം സംഘടിപ്പിക്കാൻ കഴിയുമെന്ന് ഇന്ത്യയിലെ വിപ്ലവകാരികൾ ചിന്തിക്കുന്ന സമയമാണ്.

ബർളിനിൽ വിപ്ലവകാരികളുടെ കമ്മിറ്റി തന്നെ പ്രവർത്തിച്ചിരുന്നു. അതിന്റെ ഭാഗമായി അദ്ദേഹം വിപ്ലവ പ്രവർത്തനങ്ങൾ ആരംഭിക്കുന്നു. ആ പ്രവർത്തനങ്ങൾക്കിടയിൽ പക്ഷേ, അദ്ദേഹത്തെ ബ്രിട്ടീഷ് സാമ്രാജ്യത്വം കേസിൽ കുടുക്കുന്നു. അതാണ് ഇന്തോ ജർമ്മൻ ഗുഢാലോചനക്കേസ്. കമ്യൂണിസ്റ്റ് പാർട്ടി രൂപീകരിക്കുന്നതിനു മുമ്പുതന്നെ ആ കേസിനകത്ത് അദ്ദേഹം പെട്ടിരുന്നു. 'ഈ കമ്യൂണിസ്റ്റ് പാർട്ടി രൂപീകരിച്ച ആളുകളുണ്ടല്ലോ, അവരെല്ലാം രാജ്യദ്രോഹികളാണ്' എന്ന് അടുത്തകാലത്ത് ഒരാൾ സൂചിപ്പിക്കുകയുണ്ടായി. 'ഇപ്പോഴും രാജ്യദ്രോഹികൾക്കൊപ്പമാണ് കമ്യൂണിസ്റ്റുകാർ നില്ക്കുന്നത്. ആ ചരിത്രമാണോ ഇവർ പറയുന്നത്' എന്നും ബി ജെ പിയുടെ ഒരു നേതാവ് എഴുതി. ശരിയാണ്; അവരെല്ലാം രാജ്യദ്രോഹക്കുറ്റത്തിന് ജയിൽവാസം അനുഷ്ഠിച്ചവരും വിചാരണ നേരിട്ടവരുമാണ്. അവർ മാത്രമല്ല പലരും രാജ്യദ്രോഹക്കുറ്റത്തിന് തന്നെയാണ് അങ്ങനെ വിചാരണ നേരിട്ടത്. മറ്റൊരാളുടെ പേര് മഹാത്മാഗാന്ധി എന്നാണ്. ജവഹർലാൽ നെഹ്റുവിന്റെ പേരിലുമുണ്ട് കേസ്. എല്ലാ നേതാക്കന്മാരുടെ പേരിലും കേസുണ്ട്. ബ്രിട്ടന്റെ രാജ്യദ്രോഹമാണ്; ഇന്ത്യയുടെ രാജ്യദ്രോഹമല്ല. ആ കുറ്റത്തിനൊന്നും നില്ക്കാതെ ഒരുതരത്തിൽ ബ്രിട്ടന് വിധേയമായി നിന്നിരുന്ന സംഘപരിവാരത്തിന്റെ ആളുകൾക്ക് ബ്രിട്ടന്റെ അതേ മനസ്സോടെ ചിന്തിക്കുമ്പോൾ ഇവരെല്ലാം രാജ്യദ്രോഹികളായി തോന്നുന്നത് സ്വാഭാവികം.

ബ്രിട്ടീഷുകാർ രാജ്യദ്രോഹക്കുറ്റംതന്നെ എം എൻ റോയിയുടെ മേലും ചുമത്തിയിട്ടുണ്ട്. ഗൂഢാലോചനക്കേസുകൾക്കകത്ത് അദ്ദേഹത്തെ പെടുത്തിയിട്ടുണ്ട്. അങ്ങനെയാണ് ഇന്തോ ജർമ്മൻ ഗൂഢാലോചനക്കേസ് ഉണ്ടായത്. അപ്പോൾ അദ്ദേഹം ജർമ്മനിയിൽനിന്ന് ഒളിവിൽപോയി. പിടികൊടുക്കാതെ അതിസാഹസികമായ യാത്രയാണ് നടത്തിയത്. മുങ്ങിക്കപ്പലുകളിലും മറ്റുവിധത്തിലും അദ്ദേഹം ഒട്ടേറെ രാജ്യങ്ങളിലേക്കെത്തി. മലയ, ഇന്തോനേഷ്യ, അവിടെനിന്ന് ചൈന, പിന്നെ ജപ്പാൻ, പിന്നെ കൊറിയ അവിടെനിന്ന് അമേരിക്ക ഇങ്ങനെ യാത്ര. ഓരോ രാജ്യത്തും വിപ്ലവകാരികളെ കണ്ട് ഇന്ത്യയുടെ വിമോചനത്തിന് എന്ത് സഹായം നേടാൻ കഴിയുമെന്ന ശ്രമത്തിലാണ് യാത്ര. അമേരിക്കയിൽ, ന്യൂയോർക്കിലെത്തിക്കഴിഞ്ഞപ്പോൾ അവിടെ താമസിക്കണം. ബംഗാളിൽ വിപ്ലവ പ്രവർത്തനങ്ങൾക്ക് ഒപ്പമുണ്ടായിരുന്ന ഹൃദ്യഗോപാലിന്റെ സഹോദരൻ ധനഗോപാൽ മുഖാപാദ്ധ്യായ അവിടെയുണ്ട്. അദ്ദേഹം സ്റ്റാൻഫോർഡ് യൂണിവേഴ്സിറ്റിയിലാണ് പഠിപ്പിക്കുന്നത്. അദ്ദേഹത്തെപ്പോയി കണ്ടു. "ഇവിടെ താമസിക്കാം. പക്ഷേ,

തെലുങ്കാന പ്രക്ഷോഭകാരികൾ

നരേന്ദ്ര നാഥ ഭട്ടാചാര്യ എന്ന പേരിൽ താമസിച്ചാൽ അപകടമാണ്. നിങ്ങൾ അവിടെ കേസിൽ പ്രതിയാണ്; നിങ്ങളെ പൊലീസ് തേടുകയാണ്. അതുകൊണ്ട് നമുക്ക് പേരൊന്ന് മാറ്റണം." ധനഗോപാൽ പറഞ്ഞു. അങ്ങനെയാണ് നരേന്ദ്ര ഭട്ടാചാര്യ മാനവേന്ദ്ര നാഥ് റോയിയായി മാറിയത്. പൊലീസിന്റെ കണ്ണുവെട്ടിക്കുന്നതിനുവേണ്ടി സൃഷ്ടിച്ച ആ പേരിൽ രേഖകളെല്ലാം സംഘടിപ്പിച്ചു. പിന്നീട് അദ്ദേഹം ആ പേരിൽ അറിയപ്പെട്ടു. മാനവേന്ദ്രനാഥ റോയ് എന്ന എം എൻ റോയിയായി മാറി സ്റ്റാൻഫോർഡ് യൂണിവേഴ്സിറ്റിയിൽ നിന്ന് അദ്ദേഹം യാത്രതിരിച്ചു.

സ്റ്റാൻഫോർഡിൽ വച്ചാണ് അദ്ദേഹം തന്റെ ജീവിത പങ്കാളിയായി മാറിയ എവ്‌ലിനെ കാണുന്നത്. ഒരു വർഷം കഴിഞ്ഞ് വിവാഹം കഴിക്കാമെന്ന ധാരണയിൽ പരസ്പരം പ്രണയിച്ചു. എന്നാൽ ന്യൂയോർക്കിൽ അവരെ പൊലീസ് തേടുന്നുണ്ടായിരുന്നു. പൊലീസ് ചോദ്യം ചെയ്യാൻ കസ്റ്റഡിയിൽ എടുക്കുമ്പോൾ തങ്ങൾ വിവാഹിതരാണെന്നും ഭാര്യയാണ് എന്നും എവിലിന്റെ കൈയിൽ പിടിച്ചുകൊണ്ട് റോയി പറയുന്നു. ശരിക്കും പൊലീസിനെ വഴിതെറ്റിക്കാൻ വേണ്ടി പറഞ്ഞ വാക്ക് അവരെ വിവാഹത്തിൽ എത്തിക്കുന്നു. ജയിലിൽ വച്ചാണ് അവരുടെ വിവാഹം നടന്നതെന്ന് ചില ചരിത്ര രേഖകൾ വ്യക്തമാക്കുന്നുണ്ട്. പിന്നീട് അവർ മെക്സിക്കോയിലേക്ക് പോയി.. അവിടുത്തെ തൊഴിലാളിവർഗ്ഗ പ്രസ്ഥാനവുമായി ബന്ധപ്പെട്ടു. അവിടെ കമ്യൂണിസ്റ്റ് പാർട്ടി രൂപീകരണത്തിന്റെ ഭാഗമായി. മെക്സിക്കൻ കമ്യൂണിസ്റ്റ് പാർട്ടിയുടെ ജനറൽ സെക്രട്ടറിയാകുന്നു. മെക്സിക്കൻ പാർട്ടിയുടെ പ്രതിനിധിയായാണ് അദ്ദേഹം കമ്യൂണിസ്റ്റ് ഇന്റർനാഷണലിന്റെ രണ്ടാം കോൺഗ്രസിൽ പങ്കെടുക്കുന്നതിനുവേണ്ടി മോസ്കോയിലേക്ക് എത്തുന്നത്.

മോസ്കോയിൽ വച്ച് ലെനിനെ കണ്ട കാഴ്ച സൂക്ഷ്മമായ വാക്കുകളിലൂടെ നമ്മൾ നേരിൽ കാണുന്നതുപോലെ അനുഭവവേദ്യമാക്കിക്കൊണ്ട് റോയ് വിശദീകരിക്കുന്നുണ്ട്. അഞ്ചടി നാലിഞ്ചാണ് ലെനിന്റെ പൊക്കം. റോയ് വലിയ പൊക്കമുള്ള ആളാണല്ലോ. അവിടെ ചെല്ലുമ്പോൾ ഏറെ ശാന്തതയിലാണ് അദ്ദേഹത്തിന്റെ ഓഫീസ്. പൊതുവെ റഷ്യക്കാർ ചിന്തിച്ചിരുന്നത് കൃത്യനിഷ്ഠത അവരുടെ വിഷയമേയല്ല എന്ന മട്ടിലാണെന്ന് റോയ് എഴുതുന്നു. ഒരു പെറ്റിബൂർഷ്വ സ്വഭാവമാണ് ഈ സമയനിഷ്ഠയെന്നാണ് അവർ കരുതിയിരുന്നത്. 'നമുക്ക് ഏറെ ജോലി ചെയ്യാനുണ്ട്, ആ ജോലിയെല്ലാം കഴിഞ്ഞ് നമ്മുടേതായ സമയം നമ്മൾ ഓരോന്നിനും കണ്ടെത്തുകയാണ് വേണ്ടത്. നേരത്തെ സമയം നിശ്ചയിച്ചുള്ള ഏർപ്പാടെല്ലാം ഒരു പെറ്റിബൂർഷ്വ രീതിയാണ്.' ഇതാണ് റഷ്യക്കാരുടെ, പ്രത്യേകിച്ച് വിപ്ലവാനന്തരമുള്ള ഈ ബോൾഷെവിക് സംവിധാനത്തിൽ നല്ലൊരു വിഭാഗത്തിന്റെ കാഴ്ചപ്പാട് എന്ന് റോയ് കേട്ടിരുന്നു. യോഗങ്ങളിൽ ഇവരെല്ലാം വരുന്നതിന് നീണ്ട കാത്തിരിപ്പുകൾ വേണ്ടിവന്നിരുന്നു. ഈ മുൻവിധികളോടെയാണ് റോയ് ലെനിനെ കാണാനെത്തുന്നത്. എന്നാൽ അദ്ദേഹത്തിന്റെ ധാരണകൾ

ആകെ തെറ്റി. കൃത്യനിഷ്ഠയിൽ അദ്ദേഹത്തിന് വിട്ടുവീഴ്ചയുണ്ടായിരുന്നില്ല എന്നുള്ളതാണ് റോയ് കണ്ടത്.

നിശ്ചയിച്ച സമയത്തുതന്നെ സെക്രട്ടറി എത്തി. ആകെ നിശ്ശബ്ദതയാണ്. നേരത്തെ പറഞ്ഞിരുന്ന സമയത്ത് ലൈറ്റ് തെളിഞ്ഞു. അപ്പോൾ തന്നെ റോയിയെ ലെനിന്റെ അടുത്തേക്ക് കൊണ്ടുപോകുകയാണ്. റോയ് പറയുന്നു:

> ഞാനാകെ നെർവസ് ആയിരുന്നു. ലെനിനെയാണ് കാണാൻ പോകുന്നത്. ആ മുറിക്കകത്ത് ലെനിൻ ഇരിക്കുന്ന സീറ്റിലേക്ക് പകുതിയോളം ദൂരം കാർപ്പെറ്റാണ്. കാർപ്പെറ്റിലൂടെ ഞാൻ നടന്നു ചെല്ലുന്നു. ലെനിൻ പെട്ടെന്ന് എഴുന്നേറ്റ് തിരിഞ്ഞ് നില്ക്കുന്നു; 'ഓ നിങ്ങൾ ഇത്രയും ചെറുപ്പമാണോ' എന്ന ചോദ്യവുമായി. എന്ത് സംസാരിക്കണമെന്ന് അറിയാതെ ഞാൻ ആലോചിച്ചുകൊണ്ടിരിക്കുകയായിരുന്നു. എങ്ങനെയായിരിക്കണം ലെനിനോടുള്ള സംഭാഷണം തുടങ്ങുന്നത് എന്ന ആശങ്കയിലായിരുന്നു. അപ്പോഴാണ് ലെനിൻ പെട്ടെന്ന് ചോദിക്കുന്നത്. 'ഓ നിങ്ങൾ ഇത്രയും ചെറുപ്പമാണോ എന്ന്. ഞാൻ കരുതിയത് കിഴക്കുനിന്നുള്ള ഏതോ നരച്ച ബുദ്ധിശാലിയാണ് വരാൻ പോകുന്നതെന്നാണ്.' അതോടുകൂടി അന്തരീക്ഷമാകെ മാറി.

എന്ന് റോയ് രേഖപ്പെടുത്തുന്നു.

ലെനിൻ പിന്നീട് അദ്ദേഹത്തെ കൊണ്ടുപോയി തന്റെ അടുത്തുള്ള മറ്റൊരു കസേരയിൽ ഇരിക്കാൻ പറഞ്ഞു. സംഭാഷണത്തിന്റെ സവിശേഷതകളെല്ലാം റോയ് വിശദീകരിക്കുന്നുണ്ട്.. മാനവരാശിയെ മാറ്റി മറിക്കാൻ കഴിയുമെന്ന ശാസ്ത്രത്തിലുള്ള വിശ്വാസം തന്നെയാണ് ലെനിനെ നയിച്ചിരുന്നതെന്നും അങ്ങനെയാണ് ഈ മനുഷ്യൻ റഷ്യയെ മാറ്റിത്തിരിച്ചതെന്നും റോയ് നിരീക്ഷിക്കുന്നു.. ലെനിൻ അങ്ങേയറ്റം ജനാധിപത്യവാദിയായിരുന്നു എന്ന് റോയ് സൂചിപ്പിക്കുന്നുണ്ട്. ലെനിൻ മുന്നോട്ടുവയ്ക്കുന്ന കാഴ്ചപ്പാടുകൾ ഒന്നോ രണ്ടോ ഘട്ടങ്ങളിൽ പാർട്ടി കേന്ദ്രക്കമ്മിറ്റി അംഗീകരിക്കാതെപോയ സന്ദർഭങ്ങളുണ്ട്. അപ്പോഴും ലെനിനെ മാറ്റുന്നതിനെക്കുറിച്ച് അവർ ആലോചിച്ചേയിരുന്നില്ല. വിപ്ലവത്തിനു മുമ്പുതന്നെ അങ്ങനെയായിരുന്നു. എന്നാൽ താൻ മുന്നോട്ട് വച്ചിരുന്ന കാഴ്ചപ്പാടുകൾ ചിലപ്പോൾ തള്ളിക്കളഞ്ഞാൽ ലെനിൻ തുടർച്ചയായി ലേഖനങ്ങൾ എഴുതുമായിരുന്നു. അഭിപ്രായ ഭിന്നതകൾ വന്നുകഴിഞ്ഞാൽ ലെനിൻ ചെയ്തിരുന്ന മറ്റൊരു രീതി റോയ് വിശദീകരിക്കുന്നുണ്ട്. അത് താഴെ പാർട്ടി ഘടകങ്ങളിലേക്ക് കൊടുക്കും. അവിടെ ചർച്ചചെയ്യും. ആ ചർച്ചയെ സ്വാധീനിക്കാൻ ശ്രമിക്കില്ല. അത്തരം ചർച്ചകളിലൂടെ പാർട്ടിയുടെ കാഴ്ചപ്പാട് ജനാധിപത്യപരമായി വികസിപ്പിച്ചെടുക്കുന്ന ലെനിന്റെ രീതിയെ വളരെ കൃത്യമായി റോയ് നിരീക്ഷിക്കുന്നുണ്ട്.

കൊളോണിയൽ രാജ്യങ്ങളിലെ ദേശീയ വിമോചന പ്രസ്ഥാനങ്ങളിൽ എങ്ങനെയാണ് കമ്യൂണിസ്റ്റുകാർ പ്രവർത്തിക്കേണ്ടത് എന്നതു സംബന്ധിച്ച് ഇന്റർനാഷണലിൽ അവതരിപ്പിക്കുന്ന കരട് വായിച്ചിട്ടുണ്ടോ എന്ന് ലെനിൻ റോയിയോട് ചോദിക്കുന്നുണ്ട്. റോയ് പറഞ്ഞു: "ഇല്ല ഞാൻ വായിച്ചിട്ടില്ല എനിക്ക് കിട്ടിയിട്ടേയുള്ളൂ."

വായിച്ചതിനുശേഷം നമുക്ക് ഒന്നുകൂടി ഇരിക്കണം എന്നായിരുന്നു ലെനിന്റെ മറുപടി. "കൊളോണിയൽ രാജ്യങ്ങളിലെ ദേശീയ വിമോചന പ്രസ്ഥാനങ്ങളിലെ വസ്തുനിഷ്ഠ സാഹചര്യങ്ങളെക്കുറിച്ച് എനിക്ക് വേണ്ടത്ര ധാരണകളില്ല. ആ ധാരണകൾ നിങ്ങൾക്ക് കുറേക്കൂടി ഉണ്ട്. അത്തരം അനുഭവങ്ങളുടെ അടിസ്ഥാനത്തിൽ വേണം നമുക്ക് ഒരു കാഴ്ചപ്പാടിലേക്കെത്താൻ." ലെനിൻ പറഞ്ഞു.

എങ്ങനെയാണ് കൊളോണിയൽ തീസീസ് ലെനിൻ അവതരിപ്പിക്കുന്നതെന്നും തുടർന്നുണ്ടായ കാര്യങ്ങളും ഇന്റർനാഷണലിന്റെ മിനിറ്റ്സുകളിലുണ്ട്. അതിന്റെ ഉള്ളടത്തിലേക്ക് പിന്നീട് വരാം.

ലെനിൻ തീസിസ് അവതരിപ്പിക്കുമ്പോൾ റോയ് വ്യത്യസ്ത അഭിപ്രായങ്ങൾ മുന്നോട്ടു വയ്ക്കുന്നു.. അപ്പോൾ 'എങ്കിൽ താങ്കൾ മറ്റൊരു അനുബന്ധ തീസിസുമായി വരൂ' എന്നാണ് റോയിയോടു ലെനിൻ നിർദ്ദേശിക്കുന്നത്. റോയിക്ക് അന്ന് 20 വയസ്സാണ് പ്രായം. വിപ്ലവ റഷ്യയുടെ ബോൾഷെവിക് പാർട്ടിയെ നയിക്കുന്ന, ഭരണത്തെ നയിക്കുന്ന, ഇന്റർനാഷണലിന്റെ നേതൃനിരയിലുള്ള ലെനിൻ ഇന്റർനാഷണലിൽ ആദ്യമായി വരുന്ന റോയിയുടെ വിമർശം വന്നുകഴിഞ്ഞപ്പോൾ ആ വിമർശത്തെ ശരിയായ രൂപത്തിൽ ഉൾക്കൊള്ളുകയാണ്. 'നിങ്ങൾ സപ്ലിമെന്ററി തീസീസുമായി വരൂ' എന്ന് പറയുന്നു. പിന്നെ അതുവച്ചിട്ടുള്ള വാദമുഖങ്ങളാണ്. ആ വാദമുഖങ്ങളിലൂടെയാണ് ഇന്റർനാഷണലിന്റെ കൊളോണിയൽ തീസീസ് രൂപപ്പെടുന്നത്. അതിൽ റോയിയുടെ കാഴ്ചപ്പാട് വ്യത്യസ്തമായിരുന്നു. ദേശീയ വിമോചന പ്രസ്ഥാനത്തിൽ തൊഴിലാളി പ്രസ്ഥാനം എങ്ങനെ വേറിട്ട് നില്ക്കണം, ഇന്ത്യയിൽ ശക്തിപ്പെട്ടുകൊണ്ടിരിക്കുന്ന തൊഴിലാളിവർഗ്ഗ വിപ്ലവ പ്രസ്ഥാനത്തെ എങ്ങനെ കൂടുതൽ ശക്തിപ്പെടുത്തണം എന്നൊക്കെയുള്ളതായിരുന്നു റോയിയുടെ ഊന്നലുകൾ. ദേശീയ പ്രസ്ഥാനത്തിനകത്ത് നേതൃത്വം എങ്ങനെയാണ് ജനങ്ങളിൽ നിന്ന് ഒറ്റപ്പെട്ടുകൊണ്ടിരിക്കുന്നത് എന്നും റോയ് വിശദീകരിച്ചു.

എന്നാൽ ദേശീയ വിമോചന പ്രസ്ഥാനത്തിനകത്ത് നിന്നുതന്നെ കമ്യൂണിസ്റ്റുകാർ പ്രവർത്തിക്കണം എന്നുള്ളതായിരുന്നു ലെനിന്റെ കാഴ്ചപ്പാട്. അങ്ങനെ പ്രവർത്തിക്കുമ്പോൾ അത് അതിനകത്ത് ലയിച്ചുചേരലല്ല; തൊഴിലാളി കർഷക പ്രശ്നങ്ങൾ ഉയർത്തിക്കൊണ്ടുള്ള സ്വതന്ത്രമായ പ്രവർത്തനങ്ങൾ ശക്തിപ്പെടുത്തൽ കൂടിയാകണം എന്ന് ലെനിൻ ചൂണ്ടിക്കാട്ടി. ദേശീയ പ്രസ്ഥാനത്തോട് യോജിച്ചുകൊണ്ടുള്ള പ്രവർത്തനത്തോടൊപ്പം തനതായ പ്രവർത്തനം കൂടിവേണം എന്നും

ലെനിൻ വ്യക്തമാക്കി.

ഇങ്ങനെയുള്ള ഈ ചർച്ചകളിലൂടെയാണ് തീസീസ് രൂപപ്പെട്ടത്. ചർച്ചയിൽ റോയിയുടെ അഭിപ്രായങ്ങൾ തള്ളിപ്പോയി. എന്നാൽ റോയിയുടെ സപ്ലിമെന്ററി തീസിസിന്റെ ചില ഭാഗങ്ങൾകൂടി ചേർത്താണ് തീസിസിന് അന്തിമരൂപം വരുന്നത്.

ചുരുക്കത്തിൽ ഇന്റർനാഷണൽ എം എൻ റോയിക്ക് തികച്ചും വ്യത്യസ്തമായ അനുഭവമായി. ലെനിനുമായുള്ള കൂടിക്കാഴ്ച, അവിടെ അഭിപ്രായങ്ങൾ പങ്കുവയ്ക്കുന്നു, സമ്മേളനത്തിൽ ലെനിന്റെ കാഴ്ചപ്പാടിനോട് വിയോജിച്ച് സംസാരിക്കുന്നു, സപ്ലിമെന്ററി തിസീസായി അതൊക്കെ അവതരിപ്പിക്കുന്നു, അതിൽ ചില ഭാഗങ്ങൾ ഔദ്യോഗിക തിസീസിന്റെ ഭാഗമാകുന്നു, ഇങ്ങനെ ഒരു പുതിയ അനുഭവമായിരുന്നു തനിക്ക് ഉണ്ടായതെന്നു റോയ് വിശദീകരിക്കുന്നുണ്ട്.

കമ്യൂണിസ്റ്റ് ഇന്റർനാഷണലിൽ ലെനിൻ കഴിഞ്ഞാൽ ഏറ്റവും പ്രധാനപ്പെട്ട സ്ഥാനത്തേക്ക് പിന്നീട് എത്തുന്നത്, കമ്യൂണിസ്റ്റ് ഇന്റർനാഷണൽ എക്സിക്യൂട്ടീവ് ഉൾപ്പെടെയുള്ള മൂന്ന് സമിതികളിൽ ലെനിൻ കഴിഞ്ഞാൽ അംഗമായിരിക്കുന്ന ഏകയാൾ എം എൻ റോയിയായിരുന്നു. അത്രയും പ്രാധാന്യം ആ ചെറുപ്രായത്തിൽ അദ്ദേഹത്തിനു ലഭിച്ചു. ഇന്ത്യയെപ്പോലെ ഒരു രാജ്യത്ത് രാഷ്ട്രീയ അധികാരത്തിലൊന്നും കമ്യൂണിസ്റ്റുകാർ വന്നിരുന്നില്ലെങ്കിലും മെക്സിക്കൻ കമ്യൂണിസ്റ്റ് പാർട്ടിയുടെ സെക്രട്ടറിയായി അതിനുമുമ്പ് പ്രവർത്തിച്ച എം എൻ റോയിക്ക് അന്നുതന്നെ അത്ര അനുഭവപിൻബലം ഉണ്ടായിരുന്നു എന്ന് കാണണം.

കൊളോണിയൽ തീസീസിൽ നിന്ന് വ്യത്യസ്തമായ തന്റെ കാഴ്ചപ്പാടുകൾ റോയ് തുടർച്ചയായി ഉയർത്തിയിരുന്നു. അദ്ദേഹം ചൈനീസ് മേഖലയിൽ പ്രതിനിധിയായി പോയിരുന്നു. അവിടുത്തെ ദേശീയ ബൂർഷ്വാസിയുടെ വഞ്ചനയുടെ അനുഭവം ഇത്തരം കാഴ്ചപ്പാടുകൾ അവതരിപ്പിക്കാൻ അദ്ദേഹത്തിനു വീണ്ടും പ്രേരണയായി. ഈ നിലപാടുകൾ തുടർന്നതോടെ ഇന്റർനാഷണലിൽ നിന്ന് നേരത്തെ ലഭിച്ച ആധികാരികത അദ്ദേഹത്തിന് നഷ്ടപ്പെടുന്നു. 1930 ൽ ഇന്ത്യയിലേക്ക് തിരിച്ചുവന്ന അദ്ദേഹം വൈകാതെ തടവിലാക്കപ്പെട്ടു. കാൺപൂർ ഗൂഢാലോചനക്കേസിൽ അദ്ദേഹം പ്രതിയാക്കപ്പെട്ടു. 36 നവംബറിലാണ് അദ്ദേഹത്തെ മോചിപ്പിക്കുന്നത്.

ഇന്ത്യയിൽ ഒരു ഭരണഘടനാ അസംബ്ലി വേണം എന്ന കാഴ്ചപ്പാട് ആദ്യം മുന്നോട്ട് വയ്ക്കുന്നത് എം എൻ റോയിയാണ്. ഡൊമിനിയൻ പദവി അല്ല പൂർണ്ണസ്വരാജ് ആണ് വേണ്ടതെന്ന കമ്യൂണിസ്റ്റ് പാർട്ടിയുടെ മാനിഫെസ്റ്റോ ഗയാ കോൺഗ്രസിൽ അവതരിപ്പിക്കാൻ തയ്യാറാക്കുന്നത് എം എൻ റോയിയാണ്. ഇന്ത്യയിലെ കമ്യൂണിസ്റ്റ് പ്രസ്ഥാനത്തിന്റെ പ്രഥമ പരിപാടി അതായിരുന്നു എന്നാണ് മുസാഫർ അഹമ്മദ് വിശേഷിപ്പിച്ചത്. എങ്ങനെയാണ് എട്ട് മണിക്കൂർ ജോലിയിലേക്ക് വരേണ്ടത്,

എങ്ങനെയാണ് തൊഴിലാളി അടിമത്തം അവസാനിപ്പിക്കേണ്ടത് ഇതെല്ലാംതന്നെ ആ മാനിഫെസ്റ്റോയിൽ ഉൾപ്പെട്ടിരുന്നു എന്നുകൂടി കാണേണ്ടതുണ്ട്.

അത്തരത്തിൽ ഇന്ത്യയിലെ കമ്യൂണിസ്റ്റ് പ്രസ്ഥാനത്തിന്റെ വളർച്ചയിൽ അദ്ദേഹം പ്രധാന സംഭാവന നല്കി. പിന്നീട് ഭരണഘടനാ അസംബ്ലി എന്ന ആശയം കോൺഗ്രസിനെക്കൊണ്ട് അംഗീകരിക്കുന്നതിൽ പ്രധാന പങ്കുവഹിച്ചു. കോൺഗ്രസിന്റെ ഭാഗമായി പിന്നീട് പ്രവർത്തിക്കാൻ തീരുമാനിച്ചു. അദ്ധ്യക്ഷ സ്ഥാനത്തേക്ക് ഉൾപ്പെടെ മത്സരിക്കുന്ന സ്ഥിതിയിലേക്ക് വന്നു. വളരെ പെട്ടെന്നുതന്നെ അദ്ദേഹം കോൺഗ്രസ് ബന്ധം ഉപേക്ഷിച്ചു. പിന്നീട് റാഡിക്കൽ ഹ്യൂമനിസത്തിന്റെ വക്താവായി പുതിയ പാർട്ടി രൂപീകരിച്ചു. അപകടം പറ്റി കുറച്ച് കാലം കിടപ്പിലായി 1954 ൽ മരണപ്പെടുകയാണുണ്ടായത്. ഇന്ത്യയിലെ കമ്യൂണിസ്റ്റ് പ്രസ്ഥാനത്തിനും ദേശീയ വിമോചന പ്രസ്ഥാനത്തിനും എം എൻ റോയ് നല്കിയിട്ടുള്ള സംഭാവനകൾ ചരിത്രപരമാണ് എന്ന കാര്യം അവിതർക്കിതമാണ്.

ഷഫീഖ് അബനി ആചാര്യ മുഹമ്മദാലി... ആദ്യപഥികരായി ഇവരും

താഷ്കന്റിൽ വച്ച് രൂപംകൊണ്ട കമ്യൂണിസ്റ്റ് പാർട്ടിയുടെ സെക്രട്ടറിയായി തെരഞ്ഞെടുക്കപ്പെട്ടത് മുഹമ്മദ് ഷഫീഖാണെന്ന് തുടക്കത്തിൽ സൂചിപ്പിച്ചിരുന്നു. മുഹമ്മദ് ഷഫീഖ് ആരായിരുന്നു? എന്താണ് അദ്ദേഹത്തിന്റെ ജീവചരിത്രം? എങ്ങനെയാണ് അദ്ദേഹം കമ്യൂണിസ്റ്റ് പ്രസ്ഥാനത്തിന്റെ ഭാഗമായത്? പിന്നീട് എന്ത് സംഭവിച്ചു? ഇത്തരം കുറെ ചോദ്യങ്ങൾ സ്വാഭാവികമായിട്ടും ഉയരും.

മുഹമ്മദ് ഷഫീഖിനെക്കുറിച്ചുള്ള വിശദമായ ചരിത്രം നമുക്ക് ലഭ്യമല്ല. ലഭ്യമാകുന്നത് പ്രധാനമായിട്ടും രണ്ട് രേഖകളിലൂടെയാണ്. ഒന്ന്, പെഷവാർ ഗൂഢാലോചനക്കേസാണ്. പെഷവാർ, കാൺപൂർ, മീററ്റ് ഗൂഢാലോചനക്കേസുകളും ഇവരെല്ലാം കമ്യൂണിസ്റ്റ് പ്രസ്ഥാനത്തിന്റെ ഭാഗമാകുന്നതിന് മുമ്പുള്ള ഇന്തോ ജർമ്മൻ ഗൂഢാലോചനക്കേസുകളും ഒന്നും ഔദ്യോഗികമായ രേഖകളിൽ ആ പേരിൽ ആയിരിക്കില്ലല്ലോ. കോടതി രേഖകൾക്കകത്ത് ആ കേസിന്റെ പേര് മറ്റൊന്നായിരിക്കും. പെഷവാർ ഗൂഢാലോചനക്കേസിന്റെ പേര് യഥാർത്ഥത്തിൽ ക്രൗൺ വേഴ്സസ് മുഹമ്മദ് ഷഫീഖ് എന്നാണ്. ഈ മുഹമ്മദ് ഷഫീഖ് ആണ് കമ്യൂണിസ്റ്റ് പാർട്ടിയുടെ സെക്രട്ടറിയായി താഷ്കന്റിൽ തെരഞ്ഞെടുക്കപ്പെട്ട മുഹമ്മദ് ഷഫീഖ്. അദ്ദേഹമാണ് ഒന്നാംപ്രതി. ബ്രിട്ടീഷ് രാജ്യാധികാരത്തിനെതിരെയുള്ള ഗൂഢാലോചനയായിട്ടാണ് കേസ് ഉണ്ടാകുന്നത്.

1920 ലാണ് കേസെങ്കിലും അദ്ദേഹം അറസ്റ്റ് ചെയ്യപ്പെടുന്നത് 1923

ലാണ്. അറസ്റ്റ് ചെയ്യപ്പെട്ട സന്ദർഭത്തിൽ അന്ന് പൊലീസ് എടുത്തിട്ടുള്ള അദ്ദേഹത്തിന്റെ സ്റ്റേറ്റ്മെന്റാണ് ആരാണ് മുഹമ്മദ് ഷഫീഖ് എന്നതിനെ സംബന്ധിച്ച് വിവരം നല്കുന്ന ഒരു രേഖ.

രണ്ടാമത്തേത്, അദ്ദേഹം മോസ്കോയിൽ വച്ച്, കമ്യൂണിസ്റ്റ് പ്രസ്ഥാനത്തിന്റെ ഭാഗമാകുന്ന ഘട്ടത്തിൽ *സെമീന്ദാർ* എന്നു പറയുന്ന പേർഷ്യൻ ഉറുദു ഭാഷയിൽ പ്രസിദ്ധപ്പെടുത്തിയ പത്രത്തിനകത്ത് പ്രസിദ്ധപ്പെടുത്തിയ കാര്യങ്ങളാണ്. ഇതു രണ്ടുമാണ് ഔദ്യോഗികമായ രേഖകളായി വരുന്നത്. ഈ *സെമീന്ദാർ* പത്രം പെഷവാർ ഗൂഢാലോചന ക്കേസിലെ ഒരു തെളിവായിരുന്നു.

അന്നത്തെ ഇന്ത്യയുടെ വിമോചന പ്രസ്ഥാനത്തിന്റെ ഭാഗമായ മുഹാജിദ് പ്രസ്ഥാനത്തിന്റെ ഭാഗമായിത്തന്നെയാണ് കാബൂളിലേക്കും അതുവഴി റഷ്യയിലേക്കും താഷ്കന്റിലേക്കും ഷഫീഖും ഒപ്പമുള്ളവരും എത്തിച്ചേരുന്നത്. പലരും പറയുന്നതുപോലെ വിമോചിതമായ വേറെ ഏതോ ഇസ്ലാമിക രാഷ്ട്രം സ്ഥാപിക്കാനായി പോയതല്ല മുഹാജിദുകൾ. അവർ ഇന്ത്യയുടെ സ്വാതന്ത്ര്യത്തിനുവേണ്ടി പോയവരാണ്. അതിനായി പലയിടങ്ങളിലായി മാറിനിന്ന് പൊരുതുന്നതിനുവേണ്ടി പോയിരുന്ന ആളുകളാണ്. അവരിൽ ഒരുവിഭാഗമാണ് സോവിയറ്റ് യൂണിയനിലെ വിപ്ലവത്തിന് ശേഷമുള്ള അനുഭവങ്ങളാൽ ആകർഷിക്കപ്പെട്ട് അങ്ങോട്ട് പോയത്.

മുഹമ്മദ് ഷഫീഖ് ജനിച്ചത് പെഷവാറിൽ തന്നെയാണ്. വിദ്യാഭ്യാസം കഴിഞ്ഞ് ജലസേചനവകുപ്പിൽ ക്ലർക്ക് ആയിരുന്നു. അവിടെ നിന്നാണ് അദ്ദേഹം മുഹാജിദ് പ്രസ്ഥാനത്തിന്റെ ഭാഗമായി 1919 ൽ കാബൂളിൽ എത്തിച്ചേരുന്നത്. നേരത്തെ സൂചിപ്പിച്ചതുപോലെ 1915 മുതൽ അവിടെ പ്രൊവിഷണൽ ഗവൺമെന്റ് ഓഫ് ഇൻഡിപെന്റൻഡ് ഇന്ത്യ റാണാ മഹേന്ദ്ര പ്രതാപന്റെയും മൗലാന ബർക്കത്തലിയുടെയും നേതൃത്വത്തിൽ പ്രവർത്തിച്ചുവരുന്നുണ്ട്. ആ കൂട്ടത്തിൽ മുഹമ്മദാലി ഉൾപ്പെടെയുള്ള ആളുകളുമുണ്ട്. അവിടെച്ചെന്ന് അദ്ദേഹം ഇവരുമായി പരിചയപ്പെടുന്നു.

റാണാ മഹേന്ദ്ര പ്രതാപും മൗലാന ബർക്കത്തലിയും എം പി ബി ടി ആചാര്യയും എല്ലാം സോവിയറ്റ് യൂണിയനിലേക്ക് പോയി ലെനിനെ കണ്ട് തിരിച്ച് അഫ്ഗാനിസ്ഥാനിലേക്ക് എത്തിച്ചേരുന്ന സന്ദർഭത്തിലാണ് മുഹമ്മദ് ഷഫീഖ് അവിടെ എത്തുന്നത്. അവരുടെ സംസാരത്തിൽ നിന്ന് സോവിയറ്റ് യൂണിയനെക്കുറിച്ച് ഷഫീഖ് മനസ്സിലാക്കുന്നു, താഷ്കന്റിലെ കമ്യൂണിസ്റ്റ് പാർട്ടി രൂപീകരണത്തിൽ പങ്കെടുത്ത മുഹമ്മദാലി പ്രൊവിഷണൽ ഗവൺമെന്റിന്റെ ഭാഗമായി അന്ന് അഫ്ഗാനിസ്ഥാനിലുണ്ട്. പ്രൊവിഷൻ ഗവൺമെന്റിന്റെ സെക്രട്ടറിമാരിൽ ഒരാളാണ്. മന്ത്രിമാർക്ക് തുല്യമായ പദവി. അവിടെനിന്ന് മുഹമ്മദ് ഷഫീഖും മുഹമ്മദാലിയും നേരെ താഷ്കന്റിലേക്ക് എത്തുന്നു. അവിടെ അവർക്ക് നല്ല സ്വീകരണമാണ് ലഭിച്ചത് എന്ന് രേഖകളിൽ പറയുന്നുണ്ട്. രണ്ടുമാസം

അവിടെ വിശ്രമിച്ചു. അതിനുശേഷം അവർ *സെമീന്ദാർ* പത്രം പ്രസിദ്ധപ്പെടുത്തി.

കമ്യൂണിസ്റ്റ് ഇന്റർനാഷണലിന്റെ രണ്ടാം കോൺഗ്രസിൽ ഇവർ പങ്കെടുക്കുന്നുണ്ട്. ഇന്ത്യൻ കമ്യൂണിസ്റ്റ് പ്രസ്ഥാനത്തിന്റെ രൂപീകരണത്തെ സ്വാധീനിച്ച ഏറ്റവും പ്രധാനപ്പെട്ട സാർവ്വദേശീയ ഘടകം ഈ രണ്ടാം കോൺഗ്രസ് ആണല്ലോ. ഷഫീഖ് വിസിറ്റർ എന്ന ബാഡ്ജിലാണ് പങ്കെടുക്കുന്നത്. എം എൻ റോയിയും അതുപോലെ എം പി ബി ടി ആചാര്യയും അബനി മുഖർജിയും പങ്കെടുക്കുന്നത് ഡലിഗേറ്റുകളായിട്ടാണ്. എം എൻ റോയ് മെക്സിക്കൻ കമ്യൂണിസ്റ്റ് പാർട്ടിയുടെ ഡലിഗേറ്റായിട്ടായിരുന്നു. ആചാര്യയും അബനി മുഖർജിയും ബ്രിട്ടീഷ് ഇന്ത്യയിൽ നിന്നുള്ള വിപ്ലവകാരികളാണ്. ലെഫ്റ്റ് സോഷ്യലിസ്റ്റ് എന്ന നിലയിലാണ് അവർ പങ്കെടുക്കുന്നത്.

അവിടെ ഉണ്ടായ തീരുമാനപ്രകാരമാണ് പിന്നീട് താഷ്കന്റിൽ വച്ച് കമ്യൂണിസ്റ്റ് പാർട്ടി രൂപീകരിക്കുന്നത്. ഇവർ തന്നെയാണ് അതിൽ പ്രധാനപ്പെട്ട പങ്കുവഹിച്ച ആളുകൾ. എം എൻ റോയ്, അദ്ദേഹത്തിന്റെ ജീവിത പങ്കാളി എവ്‌ലിൻ റോയ്, അബനി മുഖർജി അദ്ദേഹത്തിന്റെ അമേരിക്കക്കാരിയായ ഭാര്യ റോസ ഫിറ്റിംഗോവ്, മുഹമ്മദ് അലി, മുഹമ്മദ് ഷഫീഖ്, എം പി ബി ടി ആചാര്യ ഇത്രയും ആളുകളാണ് ആദ്യത്തെ രൂപീകരണ യോഗത്തിൽ പങ്കെടുത്ത ഏഴുപേർ.

അതിൽ ഷഫീഖ് ഇന്ത്യയിൽ വച്ച് പിടിക്കപ്പെട്ടു. ഗൂഢാലോചന ക്കേസിൽ പ്രതിയാക്കപ്പെട്ടു. അതിന്റെ ശിക്ഷകളെല്ലാം കഴിഞ്ഞ് പിന്നീട് അദ്ദേഹത്തിന് ബ്രിട്ടീഷ് ഇന്ത്യയിൽ സഞ്ചരിക്കുന്നതിന് നിയന്ത്രണങ്ങളുണ്ടായി. 1928 ൽ വീണ്ടും ഇന്റർനാഷണലിൽ പങ്കെടുക്കുന്നതിനുവേണ്ടി അദ്ദേഹം പോയതായിട്ടാണ് രേഖകളിൽ കാണുന്നത്. പിന്നീടുള്ള അദ്ദേഹത്തിന്റെ ജീവിതത്തിൽ എന്തു സംഭവിച്ചു എന്നുള്ളത് ചരിത്രരേഖകളിൽ വേണ്ടത്ര ലഭ്യമല്ല.

രൂപീകരണത്തിന്റെ തുടക്കത്തിൽ വളരെ പ്രധാനപ്പെട്ട പങ്കുവഹിച്ചിരുന്ന മറ്റൊരാൾ അബനി മുഖർജിയാണ്. അദ്ദേഹത്തെ താൻ കണ്ട ആദ്യത്തെ ഇന്ത്യൻ കമ്യൂണിസ്റ്റ് എന്നാണ് എം എൻ റോയ് പറഞ്ഞിട്ടുള്ളത്. അബനി മുഖർജി ബംഗാളിലാണ് ജനിച്ചത്. അതിനുശേഷം അദ്ദേഹം അഹമ്മദാബാദിൽ പോയി നെയ്ത്ത് മേഖലയിൽ സവിശേഷമായ പഠനം നേടി. വിവിങ് മാനേജ്മെന്റിന്റെ ഭാഗമായി. കൽക്കത്തയിൽ തന്നെ ഒരു മില്ലിൽ ജോലിചെയ്തു. അവിടെനിന്ന് പിന്നീട് അദ്ദേഹം 20–ാമത്തെ വയസ്സിൽ ജപ്പാനിലേക്ക് പോയി. ജപ്പാനിൽ നിന്ന് ജർമ്മനിയിലേക്ക് പോയി. ജർമനിയിൽ ടെക്സ്റ്റൈൽ എഞ്ചിനീയറിങ് പഠിക്കുന്ന ഘട്ടത്തിലാണ് അദ്ദേഹം വിപ്ലവകരമായ ഇടതുപക്ഷ രാഷ്ട്രീയവുമായും സോഷ്യലിസ്റ്റ് കാഴ്ചപ്പാടുകളുമായും ബന്ധപ്പെടുന്നത്. 1912 ൽ ജർമ്മൻ സോഷ്യലിസ്റ്റ് മൂവ്മെന്റിൽ അദ്ദേഹം പങ്കെടുത്തു. പിന്നീട് വീണ്ടും കൽക്കത്തയിലേക്ക് വന്നു. അവിടെ ടെക്സ്റ്റൈൽ മില്ലിൽ

ജോലിചെയ്തു. വീണ്ടും ജർമ്മനിയിലേക്ക് തിരിച്ചുപോയി. അവിടെനിന്ന് ജപ്പാനിലെത്തി.

ജപ്പാനിൽ നിന്ന് പ്രത്യേകമായ വിപ്ലവ സന്ദേശവുമായി ഇന്ത്യയിലേക്ക് വരുമ്പോൾ സിങ്കപ്പൂരിൽ വച്ച് അദ്ദേഹം പിടിയിലായി. അദ്ദേഹത്തിന്റെ കൈയിലെ ഡയറിയിൽ പല രഹസ്യ വിവരങ്ങളും ഉണ്ട്. അവിടെ വച്ച് അദ്ദേഹം വിചാരണയ്ക്ക് വിധേയമായി ശിക്ഷിക്കപ്പെട്ടു.

വളരെ സാഹസികമായ കഥകളാണ് പിന്നീടുള്ള ചരിത്രത്തിൽ കാണുന്നത്. 1915 ൽ പിടിക്കപ്പെട്ടുവെങ്കിലും രണ്ടുവർഷം കഴിഞ്ഞ് 17 ൽ അദ്ദേഹം ജയിലിൽനിന്ന് രക്ഷപ്പെട്ടു. വധശിക്ഷയ്ക്ക് വിധിക്കപ്പെട്ടുവെന്നും അതിന് തൊട്ടുമുമ്പാണ് അദ്ദേഹം രക്ഷപ്പെട്ടത് എന്നും അദ്ദേഹത്തിന്റെ മരുമകൾ എഴുതിയിട്ടുള്ള ആത്മകഥയിൽ സൂചിപ്പിക്കുന്നുണ്ട്.

എന്നാൽ മറ്റു ചില രേഖകൾ പറയുന്നത് അതിനുമുമ്പേ അദ്ദേഹം രക്ഷപ്പെട്ടു കഴിഞ്ഞിരുന്നു എന്നാണ്. കടലിൽ തടവുകാരെ കുളിപ്പിക്കാൻ കൊണ്ടുപോയപ്പോൾ സാഹസികമായി അദ്ദേഹം നീന്തി രക്ഷപ്പെട്ടതായി പറയുന്നു. ഉൾക്കടലിലേക്ക് നീന്തിയ അദ്ദേഹത്തെ ഒരു കപ്പൽ രക്ഷപ്പെടുത്തുന്നു. അങ്ങനെ അദ്ദേഹം ജാവ ദ്വീപിലേക്ക് പോകുന്നു. അവിടെ വച്ചാണ് ഡച്ച് നിയന്ത്രണത്തിലുള്ള കമ്യൂണിസ്റ്റ് പ്രസ്ഥാനവുമായി ബന്ധപ്പെടുന്നത്. എം എൻ റോയിയെ അവിടെവച്ച് കണ്ടുമുട്ടുന്നു.

പിന്നീട് രണ്ടുപേരും ചേർന്ന് ലെനിനെ കാണുന്നു. 1921 ലെ അഹമ്മദാബാദിലെ കോൺഗ്രസ് സമ്മേളനത്തിൽ അവതരിപ്പിച്ച എം എൻ റോയ് എഴുതിയ *മാനിഫെസ്റ്റോ*യിൽ ഒപ്പുവച്ച ഒരാൾ അബനി മുഖർജിയാണ്. മോസ്കോയിൽ തയ്യാറാക്കി, നളിനി ഗുപ്ത വഴി ഇന്ത്യയിലേക്ക് എത്തിച്ച മാനിഫെസ്റ്റോയാണ് കോൺഗ്രസിനകത്ത് വിതരണം ചെയ്യുന്നത്. 1922 ആയപ്പോഴേക്കും അബനി മുഖർജി ഇന്ത്യയിലേക്ക് എത്തി. മൂന്നുനാലുവർഷക്കാലം ഇന്ത്യയിൽ ബ്രിട്ടീഷ് പട്ടാളത്തിന്റെ കണ്ണുവെട്ടിച്ച് പ്രവർത്തിച്ചതിനെക്കുറിച്ച് ചരിത്രം പറയുന്നുണ്ട്. ഗയ കോൺഗ്രസിൽ അദ്ദേഹം നേരിട്ട് പങ്കെടുക്കുന്നുണ്ട്. എസ് എ ഡാങ്കയെ കണ്ടുമുട്ടുന്നത് അവിടെവച്ചാണ്. പിന്നീട് അദ്ദേഹം മദ്രാസിൽ പോകുന്നു. ശിങ്കാരവേലു ചെട്ടിയാരെ കാണുന്നു.

എന്നാൽ ഇന്റർനാഷണലുമായും റോയിയുമായിട്ടുമുള്ള ചില തർക്കങ്ങൾ കാരണം അബനി റോയിക്ക് ഇന്റർനാഷണലുമായി ബന്ധമില്ല എന്ന സർക്കുലർ കണ്ടതായി മുസാഫർ അഹമ്മദിന്റെ ചരിത്രക്കുറിപ്പുകളിൽ സൂചിപ്പിക്കുന്നുണ്ട്. എന്തായാലും പിന്നീട് അദ്ദേഹം വീണ്ടും റഷ്യയിലേക്ക് പോയി. അവിടെ ഓറിയന്റൽ ഇൻസ്റ്റിറ്റ്യൂട്ടിന്റെ ഭാഗമായി പ്രവർത്തിച്ചു. മികച്ച രീതിയിൽ സോവിയറ്റ് യൂണിയന്റെയും ഇൻസ്റ്റിറ്റ്യൂട്ടിന്റെയും വൈജ്ഞാനിക മേഖലയിൽ സംഭാവന നല്കി. നാൽപ്പത്തിയാറാം വയസ്സിൽ 1937 ൽ അദ്ദേഹം മരിച്ചു.

മറ്റൊരാൾ എം പി ടി ആചാര്യ ആണ്. മണ്ടയം പാർത്ഥസാരഥി തിരുമല ആചാര്യ എന്ന എം പി ടി ആചാര്യ മൈസൂരിലാണ് ജനിച്ചത്.

കുടുംബം മദ്രാസിലാണ്. പ്രസിഡൻസി കോളേജിലാണ് പഠിച്ചത്. അദ്ദേഹത്തിന്റെ സാഹസികമായ പ്രവർത്തനങ്ങളെക്കുറിച്ച് തെലുങ്കിൽ ഒരു സിനിമ വരുന്നതിനെക്കുറിച്ചും സമീപകാലത്ത് കേട്ടിരുന്നു. 1888 ൽ ജനിച്ച അദ്ദേഹം 1907 ൽ 20 വയസ്സ് ആകുന്നതിനു മുമ്പ് തന്നെ ബ്രിട്ടനിലേക്ക് പോയി. അവിടെവച്ചാണ് വീരേന്ദ്രനാഥ് ചതോപാദ്ധ്യയെ കണ്ടുമുട്ടിയത്. ഇടതുപക്ഷ ആശയങ്ങളോടു ചേരുന്നത് ആ ഘട്ട ത്തിലാണ്. പിന്നീട് അദ്ദേഹം 1915 ൽ തുർക്കിയിൽ എത്തി. തുർക്കിയിലെ ജീവിതത്തിന്റെ അതിസാഹസികമായ ഒരു ഭാഗം അദ്ദേഹത്തിന്റെ ജീവചരിത്രത്തിൽ കാണാം. അത് അദ്ദേഹം സൂയസ് കനാൽ നീന്തി ക്കടന്നുവെന്നുള്ളതാണ്. നീന്തിക്കടന്നുകൊണ്ട് അദ്ദേഹം ബ്രിട്ടീഷ് ആർ മിയിലെ ഇന്ത്യക്കാരെ കാണുകയും അവരുമായി വിവരങ്ങൾ കൈമാറു കയും ചെയതു. പലരും സൂയസ് കനാൽ നീന്തിക്കടക്കുന്നത് അത്ഭുതകൃത്യമായി നമ്മൾ വായിക്കാറുണ്ട്. എന്നാൽ വിപ്ലവപ്രവർത്തന ങ്ങളുടെ ഭാഗമായാണ് എം പി ടി ആചാര്യ സൂയസ് കനാൽ നീന്തി ക്കടന്നത് എന്നത് ചരിത്രത്തിന്റെ മറ്റൊരു ഭാഗമാണ്.

ആചാര്യ പിന്നീട് കാബൂളിൽ പോയി, അവിടെ റാണാ മഹേന്ദ്ര പ്രതാപിനെയും ബർക്കത്തുള്ളയെയുമൊക്കെ പരിചയപ്പെട്ടു. അവിടെ നിന്ന് 1918 ൽ അദ്ദേഹം സോവിയറ്റ് യൂണിയനിലേക്ക് എത്തി. സോവിയറ്റ് യൂണിയനിൽ രണ്ടാമത്തെ ഇന്റർനാഷണൽ കോൺഗ്രസിൽ പങ്കെടു ക്കുകയുണ്ടായി. പിന്നീട് 1920 ലെ രൂപീകരണ യോഗത്തിൽ പ്രധാനപ്പെട്ട പങ്കുവഹിച്ചു. അടുത്ത ഇന്റർനാഷണലിന്റെ യോഗത്തിലും അദ്ദേഹം പങ്കെടുത്തിരുന്നു. പക്ഷേ, പിന്നീട് അദ്ദേഹം അവിടെനിന്ന് തിരിച്ച് ജർ മ്മനിലേക്കുതന്നെ പോയി. ബെർലിനിൽ അദ്ദേഹം സാമ്രാജ്യത്വ വിരുദ്ധ ലീഗിന്റെ ലീഗ് എഗയ്ൻസ്റ്റ് ഇംപീരിയലിസത്തിന്റെ ഭാഗമായിട്ടും പിന്നീട് അനാർക്കിസത്തിന്റെ ഭാഗമായിട്ടും പ്രവർത്തിച്ചതായി ജീവചരിത്രത്തിൽ കാണാം.

ഇവരുടെ കൂട്ടത്തിൽത്തന്നെയാണ് മുഹമ്മദാലിയും ഉൾപ്പെടുന്നത്. 1915 ൽ അദ്ദേഹവും അഫ്ഗാനിസ്ഥാനിൽ എത്തിച്ചേർന്നു. അവിടെനിന്ന് പിന്നീട് മോസ്കോയിലേക്ക് പോയി കമ്യൂണിസ്റ്റ് പ്രസ്ഥാനത്തിന്റെ ഭാഗ മായി. ഈ ഏഴുപേരാണ് താഷ്കന്റിൽ ചേർന്ന കമ്യൂണിസ്റ്റ് പ്രസ്ഥാ നത്തിന്റെ രൂപീകരണ യോഗത്തിൽ പങ്കെടുത്തവർ. ചരിത്രത്തിൽ ഇത്തരം സാഹസികമായ, ത്യാഗനിർഭരമായ ജീവിതം സമർപ്പിച്ച ആളു കളെ മനസ്സിലാക്കേണ്ടത് ഇന്നത്തെക്കാലത്തെ പ്രവർത്തനങ്ങൾക്ക് ഊർജം സംഭരിക്കാൻ കൂടി ആവശ്യമാണ്.

പോരാളികൾ നാട്ടിലേക്ക്

ഇന്ത്യൻ കമ്യൂണിസ്റ്റ് പാർട്ടി രൂപം കൊള്ളുന്നതിൽ ഒക്ടോബർ വിപ്ലവത്തിന്റെ വിജയത്തിലൂടെ ഉണ്ടായ സാർവ്വദേശീയമായ സാഹചര്യവും രണ്ടാം ഇന്റർനാഷണലിന്റെ നിലപാടും സഹായകമായിരുന്നു എന്നുപറഞ്ഞു. അതോടൊപ്പംതന്നെ ദേശീയ സാഹചര്യങ്ങളുമുണ്ടായിരുന്നില്ലേ എന്ന ചോദ്യം സ്വാഭാവികമായും ഉയരുന്നുണ്ട്. അതും വളരെ പ്രസക്തമാണ്. പ്രത്യേകിച്ചും 1857 ലെ ഒന്നാമത്തെ സ്വാതന്ത്ര്യ സമരത്തിന് ശേഷം ഇന്ത്യയുടെ വിവിധ പ്രദേശങ്ങളിൽ കർഷക സമരങ്ങൾ ഉയർന്ന് വരികയുണ്ടായി. അതോടൊപ്പം തന്നെ ദേശീയ സ്വാതന്ത്ര്യ സമരവും ശക്തിപ്പെട്ടുവന്നു. തൊഴിലാളികളുടെ സംഘം ചേരലുകൾ, ചെറിയ സംഘടനകളുടെ രൂപീകരണങ്ങൾ, പണിമുടക്കങ്ങൾ തുടങ്ങിയവയും ഈ കാലഘട്ടത്തിൽത്തന്നെ ഉയർന്നു വന്നിട്ടുണ്ട്.

1877 ൽ നാഗ്പൂരിലെ ടെക്സ്റ്റൈൽ തൊഴിലാളികൾ നടത്തിയ പണിമുടക്കമാണ് ഇന്ത്യയിൽ രേഖപ്പെടുത്തിയിട്ടുള്ള ചരിത്രത്തിലെ ആദ്യത്തെ തൊഴിലാളി പണിമുടക്കം എന്ന് കണക്കാക്കപ്പെടുന്നത്. സാമ്പത്തിക മുദ്രാവാക്യങ്ങൾ ഉയർത്തിക്കൊണ്ടാണ് തൊഴിലാളികൾ ആ സമരത്തിലേക്ക് വരുന്നത്. പണിമുടക്കം എന്നൊരായുധം ഉപയോഗിക്കാവുന്ന പക്വത ആ ഘട്ടത്തിൽ ഇന്ത്യയിലെ തൊഴിലാളി വർഗ്ഗത്തിനും സ്വായത്തമായി. 1882 നും 1890 നും ഇടയിലുള്ള എട്ട് വർഷക്കാലം ഇന്ത്യയിൽ 25 പണിമുടക്കങ്ങൾ നടന്നു എന്നാണ് കണക്കാക്കുന്നത്. ഇന്ത്യ എന്ന് പറയുമ്പോൾ സ്വാതന്ത്ര്യാനന്തര ഇന്ത്യയെയല്ല,

സ്വാതന്ത്ര്യത്തിന് മുമ്പുള്ള അവിഭക്ത ഇന്ത്യയെക്കുറിച്ചാണ് പ്രതിപാദിക്കുന്നത്.

റൗളത്ത് ആക്ടിനെതിരെയുള്ള സമരം ഈ കാലത്താണ്. 1919 ലെ ജാലിയൻ വാലാബാഗിലെ കൂട്ടക്കൊല, അതിനെതിരെ ഉയർന്നുവന്ന ജനരോഷം, 1915 ൽ അഫ്ഗാനിസ്ഥാനിലെ മുഹാജിറുകൾ രൂപീകരിച്ചിട്ടുള്ള സംവിധാനങ്ങൾ, അതോടൊപ്പംതന്നെ നേരത്തെ സൂചിപ്പിച്ച പ്രൊവിഷണൽ ഗവൺമെന്റ് ഓഫ് ഇൻഡിപ്പെൻഡഡ് ഇന്ത്യയുടെ രൂപീകരണം... ഇതെല്ലാംതന്നെ ഒരുക്കിയ പശ്ചാത്തലമുണ്ട്. ഈ പശ്ചാത്തലത്തോട് ചേർത്തുവച്ചുകൊണ്ട് വായിക്കേണ്ട മറ്റൊന്നാണ് വിവിധ രാജ്യങ്ങളിൽ കുടിയേറിയ ഇന്ത്യക്കാർ അവിടെ രൂപീകരിച്ച സംഘടനകൾ.

ഇപ്പോൾ വിവിധ രാജ്യങ്ങളിലെ ഇന്ത്യൻ വംശജരുടെ നിലപാടുകളെപ്പറ്റി ചർച്ച ഉണ്ടാകുന്നുണ്ട്. അമേരിക്കൻ പ്രസിഡന്റ് തിരഞ്ഞെടുപ്പിൽ അവിടുത്തെ കുടിയേറ്റ ഇന്ത്യക്കാർ എന്ത് നിലപാടെടുക്കുന്നു എന്നത് വിശകലന വിഷയമായി വരുന്നുണ്ട്. ന്യൂസിലാന്റിൽ ഒരു മലയാളി അവിടുത്തെ മന്ത്രിസഭയിൽ അംഗമായിട്ടുള്ള വാർത്ത വന്നിരുന്നു. വിവിധ രാജ്യങ്ങൾക്കകത്ത് കുടിയേറ്റ ഇന്ത്യക്കാർ വിവിധ സെനറ്റിലേക്കും കോൺഗ്രസിലേക്കും പാർലിമെന്റിലേക്കും ഒക്കെ തിരഞ്ഞെടുക്കപ്പെടുന്നു.

എന്നാൽ 20–ാം നൂറ്റാണ്ടിന്റെ ആദ്യ ദശകങ്ങളിൽത്തന്നെ വിവിധ രാജ്യങ്ങളിലേക്ക് കുടിയേറിയ സ്വാതന്ത്ര്യപ്രേമികളായ ഇന്ത്യക്കാർ, സ്വാതന്ത്ര്യ സമരത്തിന്റെ ഭാഗമായി ഇവിടെ നില്ക്കാൻപറ്റാത്ത സാഹചര്യത്തിൽ മറ്റിടങ്ങളിൽനിന്ന് പ്രവർത്തനങ്ങൾക്ക് നേതൃത്വം നല്കിയിരുന്ന ആളുകൾ, വിദേശത്ത് പഠിക്കാൻ പോയിട്ടുള്ള ആളുകൾ, തൊഴിലെടുക്കാൻ പോയിട്ടുള്ള ആളുകൾ തുടങ്ങിയവർ പല രാജ്യങ്ങളിലും ഇന്ത്യയുടെ സ്വാതന്ത്ര്യത്തിന് വേണ്ടിയുള്ള ഗ്രൂപ്പുകൾ രൂപീകരിക്കുകയുണ്ടായി. അതിൽ രണ്ടു പ്രധാനപ്പെട്ട പ്രദേശങ്ങൾ എടുത്ത് പറയേണ്ടതുണ്ട്. ഒന്ന് ജർമ്മനിയാണ്. ഇന്ത്യയുടെ ബർളിൻ വിപ്ലവ ഗ്രൂപ്പ് എന്ന് അറിയപ്പെടുന്നത് ഇവരെയാണ്. ലണ്ടനും പ്രധാന കേന്ദ്രമാണ്. പ്രത്യേകിച്ചും ലാലാ ലജ്പത് റായിയൊക്കെ വരുന്ന സന്ദർഭം. ലാലാ ലജ്പത് റായ് എം എൻ റായിയെത്തന്നെ സ്വാധീനിച്ച ആളുകളിൽ ഒരാളാണ്. മഹാത്മാഗാന്ധിയെ സ്വാധീനിച്ച വ്യക്തിത്വങ്ങളിൽ ഒരാളാണ്. അദ്ദേഹത്തെപ്പോലുള്ള ആളുകൾ ലണ്ടൻ ഒരു കേന്ദ്രമാക്കിയിരുന്നു. അഫ്ഗാനിസ്ഥാൻ നേരത്തെതന്നെ ഒരു കേന്ദ്രമാണ്. ഇന്ത്യയോട് ചേർന്ന് നില്ക്കുന്ന പ്രദേശമെന്ന നിലയിലാണ് അഫ്ഗാനിസ്ഥാന്റെ പ്രാധാന്യം. അവിടുത്തെ രാജാവാണെങ്കിൽ സ്വാതന്ത്ര്യത്തിനുവേണ്ടി പൊരുതുന്ന ഇന്ത്യക്കാരെ അങ്ങോട്ട് സ്വാഗതം ചെയ്യുന്ന സന്ദർഭം കൂടിയായിരുന്നു അത്. അമേരിക്കയിൽ പോലും ഈ രൂപത്തിലുള്ള ഇന്ത്യൻ ഗ്രൂപ്പുകൾ പ്രവർത്തിച്ചിരുന്നു.

വിവിധ രാജ്യങ്ങൾക്കകത്ത് പ്രവർത്തിച്ചിരുന്ന ഈ ഗ്രൂപ്പുകളിലെ അംഗങ്ങളായിരുന്ന ആളുകൾക്ക് ആവേശം പകരുന്ന ഒരനുഭവമായിരുന്നു ഒക്ടോബർ വിപ്ലവമെന്നുള്ളത്. 1917 പുതിയ കലണ്ടറിലെ നവംബറിൽ 7 ആണെങ്കിലും പഴയ കലണ്ടർ അനുസരിച്ച് ഒക്ടോബർ വിപ്ലവം എന്ന് അറിയപ്പെടുന്ന, സോവിയറ്റ് യൂണിയൻ സ്ഥാപിതമായ, മാർക്സിസത്തിന്റെ പ്രയോഗത്തിന്റെ ഏറ്റവും ഉജ്ജ്വലമായ വിജയങ്ങളിലൊന്നായി പരിഗണിക്കപ്പെടുന്ന ആ ഘട്ടം ഈ വിപ്ലവകാരികളെയെല്ലാം ആവേശം കൊള്ളിച്ചു. മനുഷ്യ വിമോചനത്തിനുവേണ്ടി നിലകൊള്ളുന്ന ദർശനത്തിന്റെ പ്രയോഗം തങ്ങളുടെ രാജ്യത്തിന്റെ സ്വാതന്ത്ര്യത്തിനുവേണ്ടിയുള്ള സമരത്തെയും ശക്തിപ്പെടുത്തും എന്ന കാഴ്ചപ്പാടോടുകൂടി ഈ വിപ്ലവകാരികളായ ആളുകൾ അങ്ങോട്ട് പോകുന്നതിന് ആഗ്രഹം പ്രകടിപ്പിച്ചു. പലരും അങ്ങോട്ട് ചെന്നു. മുഹാജിറുകളിൽ ഒരു വിഭാഗവും അങ്ങോട്ടു പോയകാര്യം നേരത്തെ സൂചിപ്പിച്ചു. തുർക്കിയിലേക്ക് പോകാനാണ് അഫ്ഗാനിസ്ഥാനിൽ എത്തിയത്. എന്നാൽ ഈ വാർത്ത വന്നതോടുകൂടി അവരും മോസ്കോയിലേക്കും താഷ്കന്റിലേക്കും റഷ്യയുടെ മറ്റു പ്രദേശങ്ങളിലേക്കും ചെല്ലുന്നു.

ഇങ്ങനെ വന്നുചേരുന്നവരെല്ലാം മാർക്സിസത്തെ സംബന്ധിച്ച് അവഗാഹ പാണ്ഡിത്യത്തോടുകൂടി ചെന്നവരാണ് എന്നാരും തെറ്റിദ്ധരിക്കേണ്ടതില്ല. മാർക്സിസം മനസ്സിലാക്കി വരുന്നവരുണ്ട്. യഥാർത്ഥത്തിൽ അന്ന് മാർക്സിന്റെ എല്ലാ രചനകളും ലഭ്യമല്ല എന്ന് നമുക്കറിയാം. ഇന്ത്യയിലേക്കും വേണ്ടത്ര എത്തിച്ചേർന്നിട്ടില്ല. പക്ഷേ, മാർക്സിസത്തെക്കുറിച്ചുള്ള പൊതുവായ കാഴ്ചപ്പാടുകൾ ഇവരെ ആകർഷിക്കുകയും അങ്ങനെ അവരെല്ലാവരും അങ്ങോട്ടുപോയി എന്നതും യാഥാർത്ഥ്യമാണ്.

കമ്യൂണിസ്റ്റ് ഇന്റർനാഷണലിന്റെ രണ്ടാം കോൺഗ്രസ് ഈ കാലഘട്ടത്തിലാണല്ലോ. അതും പ്രധാനമാണ്. ദേശീയ വിമോചന പ്രസ്ഥാനത്തിനകത്ത് തൊഴിലാളിവർഗ്ഗം എങ്ങനെ പ്രവർത്തിക്കണം എന്നത് സംബന്ധിച്ചുള്ള ഒരു സിദ്ധാന്തം അവിടെ അവതരിപ്പിക്കുകയുണ്ടായി എന്ന് പറഞ്ഞല്ലോ. അതാണ് 'കൊളോണിയൽ തീസിസ്' എന്ന് അറിയപ്പെടുന്നത്. ആ തീസിസിന്റെ പ്രത്യേകത നാം കാണണം. മാർക്സിസ്റ്റ് ആർക്കൈവ്സിൽ കോൺഗ്രസിന്റെ രേഖകളും മിനിറ്റ്സും ലഭ്യമാണ്. ലെനിനാണ് കൊളോണിയൽ തീസിസ് അവതരിപ്പിക്കുന്നത്. അവതരിപ്പിക്കുന്നതിനുമുമ്പ് ലെനിനും റോയിയും തമ്മിൽ നടന്ന കൂടിക്കാഴ്ചയെക്കുറിച്ച് മുമ്പ് പരാമർശിച്ചുവല്ലോ. ലെനിൻ കൊളോണിയൽ തീസിസ് അവതരിപ്പിച്ച് കഴിയുന്ന ഘട്ടത്തിൽ റോയ് എഴുന്നേല്ക്കുകയും ചില വിമർശനങ്ങളും ചില വ്യത്യസ്ത അഭിപ്രായങ്ങളും പരസ്യമായിത്തന്നെ പ്രകടിപ്പിക്കുകയും ചെയ്യുന്നു. ലെനിൻ വളരെ സന്തോഷപൂർവ്വം ഉയർന്നുവന്ന വിമർശനങ്ങളോട് പ്രതികരിച്ചുകൊണ്ട് റോയിയോടു പറഞ്ഞത് 'മറ്റൊരു തീസിസുമായി വരൂ' എന്നാണ്. അങ്ങനെയാണ്

സബ്സിഡറിയായി മറ്റൊരു തീസിസുമായി റോയ് വരുന്നത്. എം എൻ റോയിയുടെ തീസിസിൽ ലെനിന്റെ തീസിസുമായി യോജിക്കുന്ന ഭാഗങ്ങളുമുണ്ട്; വിയോജിക്കുന്ന ഭാഗങ്ങളുമുണ്ട്. അവ വച്ചുകൊണ്ട് ചർച്ച നടക്കുകയാണ്.

ഇന്റർനാഷണലിൽ റോയ് വളരെ ചെറുപ്പമാണ്. ലെനിനാണെങ്കിൽ റഷ്യൻ വിപ്ലവത്തിനുശേഷം ലോക വിപ്ലവപ്രസ്ഥാനത്തിന്റെ നായകനായി നില്ക്കുന്ന ഘട്ടമാണ്. ആ സന്ദർഭത്തിലും റോയിയുടെ അഭിപ്രായങ്ങൾ കേൾക്കാൻ ലെനിനും ഇന്റർനാഷണലും തയ്യാറായി. ലെനിൻ വച്ച അഭിപ്രായത്തോട് വിയോജിച്ച് റോയി വച്ച പ്രധാനപ്പെട്ട ചില വിമർശനങ്ങളെ ലെനിൻ തന്റെ മറുപടിയിൽ നിരാകരിക്കുന്നു. അതിലൊന്ന് ദേശീയ വിമോചനസമരത്തിന് അകത്തു നിന്നുകൊണ്ടു തന്നെ തൊഴിലാളി വർഗ്ഗം, അതിന്റെ രാഷ്ട്രീയപ്പാർട്ടിയായ കമ്യൂണിസ്റ്റു പാർട്ടി പ്രവർത്തിക്കണം എന്നുള്ളതായിരുന്നു ലെനിന്റെ അഭിപ്രായം. ദേശീയസമര പ്രവർത്തനം നടത്തുമ്പോൾത്തന്നെ തൊഴിലാളി വർഗ്ഗത്തിന്റെ താല്പര്യവും കർഷക താല്പര്യവും മുന്നോട്ടു വച്ചുകൊണ്ട് ദേശീയ ബൂർഷ്വാസിക്കെതിരെയുള്ള വ്യത്യസ്തത ഉയർത്തിപ്പിടിക്കാനും കഴിയേണ്ടതുണ്ട്. പക്ഷേ, ഇഴുകിച്ചേർന്നുകൊണ്ടുള്ള പ്രവർത്തനം തന്നെയാണ് വേണ്ടത് എന്നതായിരുന്നു ലെനിന്റെ കൊളോണിയൽ തീസിസിന്റെ അടിസ്ഥാന കാഴ്ചപ്പാട്.

റോയ് മുന്നോട്ടുവച്ച കാഴ്ചപ്പാട് വ്യത്യസ്തമായിരുന്നു. ദേശീയ ബൂർഷ്വാസിയുടെ വികാസം നേരത്തെ ബ്രിട്ടൻ തടസ്സപ്പെടുത്തിയിരുന്നു. ഇപ്പോൾ അത് വികസിച്ചുകൊണ്ടിരിക്കുന്നു. നല്ല രൂപത്തിലുള്ള മുന്നേറ്റം വരുന്നുണ്ട്. തൊഴിലാളി വർഗ്ഗം ശക്തിപ്പെടുന്നു. അതുകൊണ്ട് തൊഴിലാളി വർഗ്ഗ രാഷ്ട്രീയ പ്രസ്ഥാനം സ്വതന്ത്രമായി മുന്നോട്ട് പോകേണ്ടതുണ്ട്. ദേശീയ വിമോചന പ്രസ്ഥാനത്തിന്റെ പൊതുപ്രസക്തിയെ ആ രൂപത്തിൽ കാണാതെയുള്ള വിശകലനങ്ങളായിരുന്നു ഈ തീസിസിനകത്ത് റോയ് മുന്നോട്ടുവച്ചത്. അത്തരം കാഴ്ചപ്പാടുകൾ അന്ന് രണ്ടാം കോൺഗ്രസ് തള്ളിക്കളഞ്ഞു. റോയ് അവതരിപ്പിച്ച തീസിസിലെ ചില ഭാഗങ്ങൾ കൊളോണിയൽ തീസിസിൽ ഉൾപ്പെടുത്തുകയും ചെയ്തു. എന്തൊക്കെയാണ് റോയ് അവതരിപ്പിച്ചത്? അതിൽ ഏതെല്ലാം ഭാഗങ്ങൾ ലെനിൻ തന്നെ അവതരിപ്പിച്ച തീസിസിനോട് ചേർത്തു എന്ന് മാർക്സിസ്റ്റ് ആർക്കൈവ്സിലെ രേഖകളിൽ കാണാൻ കഴിയും.

ആ കൊളോണിയൽ തീസിസാണ് യഥാർത്ഥത്തിൽ ലോകത്തെമ്പാടുമുള്ള ദേശീയ വിമോചന പ്രസ്ഥാനങ്ങൾക്കകത്ത് പ്രവർത്തിക്കുന്ന തൊഴിലാളിവർഗ്ഗ പാർട്ടികൾക്ക് ഉൾക്കാഴ്ച നല്കിയത്. ഈ സാർവ്വദേശീയ സാഹചര്യങ്ങൾ പ്രധാനമാണ്. ഇതിന്റെ അടിസ്ഥാനത്തിൽ കൂടിയാണ് 1920 ൽ താഷ്കന്റിൽ പാർട്ടി രൂപംകൊള്ളുന്നത്. 21 ൽ മോസ്കോയിൽ വീണ്ടും ഒരു യോഗം നടക്കുന്നുണ്ട്. അതിന് ശേഷമാണ് ഈ പോരാളികളുടെ തിരിച്ചുള്ള യാത്ര. വിദേശത്തുനിന്ന് സ്വസ്ഥമായി പ്രവർ

ത്തിക്കാനല്ല അവർ ആഗ്രഹിച്ചത്. സ്വദേശത്തേക്ക് മടങ്ങണം; സ്വാതന്ത്ര്യ സമരത്തിന്റെ ഭാഗമാകണം എന്നാണ്. സ്വരാജ്യത്തെ വിപ്ലവ പ്രവർത്ത നങ്ങൾക്ക് നേതൃത്വം നല്കണമെന്നും വിപ്ലവ കാഴ്ചപ്പാട് പ്രയോഗിക്ക ണമെന്നും അവർ ആഗ്രഹിച്ചു. അതിനുവേണ്ടി അവരിൽ നല്ലൊരു വിഭാ ഗവും നാട്ടിലേക്ക് തിരിച്ച് വരാൻ ആഗ്രഹിച്ചു. അവരുടെ തിരിച്ചുള്ള യാത്ര അതിസാഹസികവും ത്യാഗനിർഭരവും ആയിരുന്നു. ആ യാത്രയെ ക്കുറിച്ച് അടുത്ത അദ്ധ്യായത്തിൽ ചർച്ച ചെയ്യാം.

സാഹസികം ആ തിരിച്ചുവരവ്

ആയിരത്തി തൊള്ളായിരത്തി ഇരുപതിൽ താഷ്കന്റിൽ കമ്യൂണിസ്റ്റ് പാർട്ടി രൂപീകരിക്കപ്പെട്ട സാഹചര്യവും രൂപീകരണ യോഗവും യോഗത്തിൽ പ്രധാന പങ്കുവഹിച്ചവരുടെ പശ്ചാത്തലവും ഹ്രസ്വ ജീവ ചരിത്രവുമാണല്ലോ ഇതുവരെ വിവരിച്ചത്. യഥാർത്ഥത്തിൽ അതിസാഹ സികമായ പ്രവർത്തനങ്ങളാണ് ആദ്യകാല കമ്യൂണിസ്റ്റ് പാർട്ടിയുടെ അംഗങ്ങളായവരും പിന്നീട് അതിന്റെ ഭാഗമായി പ്രവർത്തിച്ച ആളുകളും നടത്തിയിട്ടുള്ളത് എന്ന് കാണേണ്ടതുണ്ട്. ഇന്ത്യയുടെ സ്വാതന്ത്ര്യസമര പോരാട്ടത്തിനകത്ത് തന്നെ ഏറ്റവും തീക്ഷ്ണവും ത്യാഗനിർഭരവുമാ യിട്ടുള്ള ഈ ചരിത്രം പലപ്പോഴും വേണ്ടത്ര ചർച്ച ചെയ്യപ്പെടുന്നില്ല.

ഏറ്റവും കഠിനമായ വഴികളിലൂടെ രാജ്യത്തിന്റെ സ്വാതന്ത്ര്യത്തി നുവേണ്ടി പ്രവർത്തിക്കുകയാണ് രൂപീകരിച്ച നാൾ മുതൽ തന്നെ ഇന്ത്യൻ കമ്യൂണിസ്റ്റുകാർ ചെയ്തിട്ടുള്ളത്. 1920 ൽ താഷ്കന്റിൽ രൂപം കൊണ്ട ശേഷം 21 ൽ മോസ്കോയിൽ വീണ്ടും ഒരു പാർട്ടി എന്ന രൂപ ത്തിൽത്തന്നെ യോഗം ചേർന്നിരുന്നു. അവിടെത്തന്നെ തുടരുകയായിരു ന്നെങ്കിലും എങ്ങനെയും ഇന്ത്യയിലേക്ക് തിരിച്ചുവരാനായിരുന്നു അവ രുടെ ശ്രമം. സോവിയറ്റ് യൂണിയനിൽ തൊഴിലാളിവർഗ്ഗ രാഷ്ട്രീയ അധി കാരമാണുള്ളത്. എന്നാൽ ആ പരിവർത്തന ഘട്ടത്തിന്റെ ഭാഗമായി അവിടെത്തന്നെ നിന്ന് ആ പ്രവർത്തനങ്ങൾക്ക് നേതൃത്വം നല്കാനല്ല അവർ ശ്രമിച്ചത്. ഇന്ത്യയുടെ ദേശീയ സ്വാതന്ത്ര്യ സമരത്തിൽ കമ്യൂ ണിസ്റ്റ് പ്രസ്ഥാനത്തിന്റെ ഭാഗമായിത്തന്നെ പ്രവർത്തിക്കേണ്ടതുണ്ട്,

ഇന്ത്യയെ ബ്രിട്ടന്റെ കോളനി ആധിപത്യത്തിൽനിന്ന് വിമോചിപ്പിക്കേണ്ടതുണ്ട് എന്ന കാഴ്ചപ്പാടാണ് കമ്യൂണിസ്റ്റ് പാർട്ടിയുടെ അംഗങ്ങളായിട്ടുള്ള എല്ലാവർക്കും ഉണ്ടായിരുന്നത്. താഷ്കന്റിൽ രൂപീകരിക്കപ്പെട്ട സന്ദർഭത്തിൽ ഉണ്ടായിരുന്ന ഏഴ് പേരും പിന്നീട് കാന്റിഡേറ്റ് അംഗത്വം എടുത്തവരും മാത്രമല്ല മുഹാജിർ എന്ന രൂപത്തിൽ വീണ്ടും മോസ്കോയിൽ എത്തിച്ചേർന്നിട്ടുള്ള ആളുകളും അപ്പോഴുണ്ട്. നേരത്തെ സൂചിപ്പിച്ചിരുന്നപോലെ ലോകത്തിന്റെ പല ഭാഗങ്ങളിൽ ഇന്ത്യയുടെ ദേശീയ വിമോചന പ്രസ്ഥാനത്തിനുവേണ്ടി രൂപീകരിക്കപ്പെട്ട ഗ്രൂപ്പുകളിലെ അംഗങ്ങളായി പ്രവർത്തിച്ചിരുന്ന ആളുകൾ ഒക്ടോബർ വിപ്ലവ വിജയത്തോടെ, സോവിയറ്റ് യൂണിയൻ വന്നതോടെ മോസ്കോയിലേക്ക് തിരിച്ച് വന്നിരുന്നു. അടിമത്തത്തിൽ നിന്നും കൊളോണിയൽ ആധിപത്യത്തിൽ നിന്നും ഇന്ത്യയെ എങ്ങനെ വിമോചിപ്പിക്കാം എന്ന ചിന്തയിലായിരുന്നു അവരെല്ലാം. അതിനുവേണ്ടി തിരിച്ച് നാട്ടിലേക്ക് പോകണമെന്ന് അവർ തീരുമാനിച്ചു.

കമ്യൂണിസ്റ്റ് പ്രസ്ഥാനത്തിന്റെ ആദ്യ നാളുകളെക്കുറിച്ച് മുസാഫർ അഹമ്മദ് എഴുതിയിട്ടുള്ള ചെറിയ കൃതിക്കകത്ത് ഈ യാത്രയുടെ വിവരങ്ങളുണ്ട്. മുസാഫർ അഹമ്മദ് ഇന്ത്യയിലെ കമ്യൂണിസ്റ്റ് പ്രസ്ഥാനത്തിന്റെ സ്ഥാപക നേതാക്കളിൽ പ്രധാനപ്പെട്ട ഒരാളാണ്. അദ്ദേഹം തുടക്കം മുതൽ തന്നെ തൊഴിലാളിവർഗ്ഗ രാഷ്ട്രീയ നിലപാടുകൾ സ്വീകരിച്ചുകൊണ്ട് കമ്യൂണിസ്റ്റ് പ്രസ്ഥാനത്തിന്റെ ഭാഗമായി പ്രവർത്തിച്ച വ്യക്തിത്വങ്ങളിൽ ഒരാളാണ്. ത്യാഗനിർഭരമായ പ്രവർത്തനങ്ങൾക്കുടെ ഉടമയാണ്. പുസ്തകത്തിന്റെ ഉള്ളടക്കത്തിലേക്ക് വിശദമായി പോകുന്നില്ല. ആദ്യ നാളുകളിലെ വ്യത്യസ്തമായ ഘട്ടങ്ങൾ ആ കൃതിയിൽ കാണാൻ കഴിയും. ഇന്ത്യയിലേക്കുള്ള സഖാക്കളുടെ മടക്കയാത്രയുടെ വിവരങ്ങൾ കാണാം. വളരെ സാഹസികമായിട്ടാണ് അവർ ഇവിടെ തിരിച്ചുവരുന്നത്.

അഫ്ഗാനിസ്ഥാനിലൂടെ കടന്ന് തിരിച്ച് ഇന്ത്യയിലേക്കുള്ള ഇവരുടെ യാത്ര ഒട്ടും സുഗമമായ വഴികളിലൂടെയായിരുന്നില്ല. രണ്ടുപേർക്ക് ഇറാനിലൂടെ ഇന്ത്യയിലെത്താനായി. മറ്റുള്ളവർ പാമീർ വഴിയാണ് വരാൻ ശ്രമിച്ചത്. അഗാധമായ ഗർത്തങ്ങളുള്ള, മൂടിക്കിടക്കുന്ന മഞ്ഞുമലകളിലൂടെയായിരുന്നു ഏറെദൂരം യാത്ര. അറിയാതെ കാലുവച്ചാൽ ചിലപ്പോൾ അതിനകത്തേക്ക് വീണുപോകും. എങ്ങും ശത്രുക്കൾ കാത്തിരിക്കുന്ന അവസ്ഥ. റഷ്യൻ ചെമ്പട ഇതേ വഴിക്ക് യാത്രതിരിക്കുന്നുണ്ട്. അവർക്കൊപ്പമാണ് ഇവർ പത്തുപേർ വരുന്നത്. പിന്നീട് ചെമ്പട അവിടെനിന്ന് ഒരു സഹായിയോടുകൂടി ഇവരെ ഇങ്ങോട്ട് അയയ്ക്കുകയാണ് ചെയ്യുന്നത്. പാമീറിലെ തണുപ്പ് അതിഭയങ്കരമാണ്. ഒരു സ്ഥലത്തുവച്ച് അമുദാരിയ നദി തരണം ചെയ്യുന്നുണ്ട്. ടെർമീസിനടുത്തുവച്ച് പർവ്വതത്തിൽനിന്ന് താഴ്വാരത്തിലേക്ക് ഒഴുകുന്ന നദി ഇവർക്ക് കുറുകെ കടക്കേണ്ടതുണ്ട്. വീണ്ടും എങ്ങനെ നദി കടക്കുമെന്നത് കടുത്ത ആശ

ങ്കയായി. അത്രമാത്രം നല്ല ഒഴുക്കാണുള്ളത്. കുതിരയുടെ വയറിനൊപ്പം ആഴമുള്ള ഒരു മലയൊഴുക്കായിരുന്നു നദിയിൽ. പക്ഷേ, അവർ നദി കടന്ന് കബാസയിൽ താമസിച്ച ശേഷം യാത്ര തുടർന്നു.

ദുർഗ്ഗാബാദിലെത്തുന്നതിനു മുമ്പുതന്നെ കുതിരകൾ വശംകെട്ട് ചത്തു. മൃഗങ്ങൾക്കുപോലും സഞ്ചരിക്കാൻ സാധിക്കാത്തവിധത്തിൽ കീഴ്ക്കാംതൂക്കായിരുന്നു ആ പ്രദേശം. ശ്വാസോച്ഛ്വാസത്തിന് തടസ്സം നേരിടുന്ന പക്ഷം വായിൽ വയ്ക്കുന്നതിന് പഞ്ചസാര ക്യൂബുകൾ കരുതിയിരുന്നു. ഓക്സിജൻ കുറവാണ്. ശ്വാസം കിട്ടാൻ ഇടയില്ല. ഒറ്റമൂലി എന്ന നിലയിലാണ് പഞ്ചസാര ക്യൂബുകൾ വായ്ക്കകത്ത് വയ്ക്കുന്നത്. കുതിരകൾ ഓരോന്നായി ചത്തുവീണപ്പോൾ ചുവപ്പ് ഭടന്മാർ അവരുടെ കുതിരകളെ ഇവർക്കായി നല്കി. ചെമ്പട ആ വഴിയിൽ കുറേക്കൂടി പരിചയ സമ്പന്നരാണ്. അവർ കാൽനടയായി സഞ്ചരിക്കാൻ തുടങ്ങി. ഒട്ടകങ്ങളെക്കൊണ്ട് ഈ സാധന സാമഗ്രികൾ ചുമപ്പിച്ചു. മുമ്പോട്ട് പോകുന്തോറും സാധനങ്ങളെല്ലാം കഴിച്ചും ഉപയോഗിച്ചും കുറയുന്നതുകൊണ്ട് ഒട്ടകങ്ങളുടെ പുറത്തിരുന്നും പിന്നെ സഞ്ചരിക്കാൻ തുടങ്ങി. അവസാനം എല്ലാ മൃഗങ്ങളും ചത്തു.

അവിടുത്തെ ആളുകൾ പ്രത്യേകമായ ഷൂസാണ് ധരിക്കുന്നത്. ആ ഷൂസ് ധരിക്കാതെ അവിടെ സഞ്ചരിക്കാനും ബുദ്ധിമുട്ടാണ്. അവിടെയുള്ളവർക്ക് ആ ഷൂസ് പരിചയമുള്ളതിനാൽ വിഷമമുണ്ടായിരുന്നില്ല. പാറകളിലൊക്കെ ചവിട്ടുമ്പോൾ കാലിന് കടുത്ത വേദന വരുന്നകാര്യം റഫീഖ് അഹമ്മദ് വിശദീകരിക്കുന്നുണ്ട്. അവിടെനിന്ന് പിന്നീടവർ വ്യത്യസ്ത ഗ്രൂപ്പുകളായിട്ടാണ് പോകുന്നത്. അതിൽ കിടങ്ങുകൾക്ക് മുകളിലൂടെയുള്ള യാത്രയുണ്ട്. ഹരോഗിൽ നിന്ന് പുറപ്പെട്ട് ഇസ്കാസിം കോട്ടയുടെ ഭാഗത്തേക്കിറങ്ങി. അവിടെനിന്ന് പിന്നീടവർ യാത്ര ചെയ്യുന്നത് 2000 മുതൽ 4000 അടിവരെ താഴ്ചയുള്ള കിടങ്ങുകളുള്ള സ്ഥലങ്ങളിലൂടെയാണ്. എങ്ങനെ വേണം മുന്നോട്ടു നീങ്ങാൻ എന്നവർക്ക് ഉപദേശം കിട്ടുന്നുണ്ട്. ഈ കിടങ്ങിൽ അകപ്പെട്ടു പോയാൽ പിന്നെ രക്ഷപ്പെടാനേ ആവില്ല. ഒരടയാളംപോലും അവശേഷിക്കുകയില്ല. വഴിയിൽ മഞ്ഞ് മൂടിക്കിടക്കും. അവ കിടങ്ങുകൾ മൂടത്തക്ക വിധം നീണ്ട് കിടക്കുന്നുണ്ടാകും. അവയ്ക്ക് മുകളിൽക്കൂടി നടക്കുമ്പോൾ പാദങ്ങളുടെ സമ്മർദ്ദംകൊണ്ട് മഞ്ഞുകട്ട പൊട്ടി ആ വിടവിലേക്ക് വീണുപോകാനിടയുണ്ട്. അതിനാൽ മഞ്ഞിന് മുകളിൽക്കൂടി നടക്കുമ്പോൾ ഓരോ അടിയും വയ്ക്കുന്നതിന് മുമ്പായി ഒരു കട്ടിയുള്ള വടികൊണ്ട് മഞ്ഞിൽ കുത്തിക്കുത്തി നോക്കണം. അത് പൊട്ടുന്നതാണോ അല്ലയോ എന്ന് അറിയണം. അത്രമാത്രം അപകടം പതിയിരിക്കുന്ന വഴികളിലൂടെയാണ് അവർ തിരിച്ച് യാത്ര ചെയ്തുകൊണ്ടിരിക്കുന്നത്. കൈയിലുള്ള ഭക്ഷണം തീരുന്നു; മറ്റു വഴികളില്ല. കാണുന്ന സത്രങ്ങളിലോ വീടുകളിലോ താമസിക്കുന്നു. എപ്പോഴെങ്കിലും പിടിക്കപ്പെടുമോ എന്ന ഭീതിയുണ്ട്. ആ ഭീതിയെ മാറ്റിനിർത്തിക്കൊണ്ട് നല്ല ധൈര്യത്തോടും നിശ്ച

യദാർഢ്യത്തോടുംകൂടി രാജ്യത്തിന്റെ വിമോചനത്തിന് വേണ്ടിയുള്ള പ്രവർത്തനത്തിനായി അവർ പൊയ്ക്കൊണ്ടിരിക്കുന്നു. ഇവരുടെകൂടെ ഒരു ഗൈഡും സഞ്ചരിച്ചിരുന്നു. ഗൈഡ് ഇവരുമായി സംസാരിക്കില്ല. ദൂരെയായേ സഞ്ചരിക്കുകയുള്ളൂ. കാര്യവിവരങ്ങളൊന്നും അങ്ങോട്ടു മിങ്ങോട്ടും ആശയവിനിമയം ചെയ്യരുതെന്നുള്ള നിർദ്ദേശത്തിന്റെ അടിസ്ഥാനത്തിലാണ് ഗൈഡിന്റെ പ്രവർത്തനം. ഈ പുസ്തകത്തിൽ ഇപ്രകാരം പറയുന്നു:

> പൊക്കം കുറഞ്ഞ ചെരുവുകളിൽ അഫ്ഗാൻ കോട്ടകളുണ്ടായിരുന്നു. ഞങ്ങൾ മലകൾ കേറിക്കൊണ്ടിരുന്നപ്പോൾ മനുഷ്യർ കടന്നുപോകുന്നുണ്ടെന്ന് സംശയിച്ച് നായ്ക്കൾ കുരയ്ക്കാൻ തുടങ്ങി. കോട്ടയിലെ ഭടന്മാർ അവരുടെ വിളക്കുമേന്തി പുറത്തു വന്നു. പാറക്കൂട്ടങ്ങൾക്കിടയിൽ ഒരുതരം ഗുഹ ഞങ്ങൾ കണ്ടു. അതിനുള്ളിൽ കയറി മരിച്ചവരെപ്പോലെ അനങ്ങാതെ കിടന്നു. ആ കള്ളന്മാർ എവിടെയാണ് അപ്രത്യക്ഷമായത്. അവർ വെന്തു നശിക്കട്ടെ എന്ന് പിറുപിറുത്തുകൊണ്ട് മുകളിൽക്കൂടി അന്വേഷിച്ച് വന്ന ആളുകൾ കടന്നുപോകുന്നത് ഞങ്ങൾ കേട്ടു. അതിന് ശേഷം ഞങ്ങൾ മുന്നോട്ട് നീങ്ങി. മഞ്ഞ് ശക്തിയായി പെയ്യാൻ തുടങ്ങി. അതിന്റെ ആക്രമണത്തിൽ നിന്ന് രക്ഷനേടാനായി അടുത്ത രാത്രിയും ഒരു ഗുഹയിൽ കഴിച്ചുകൂട്ടി.

ഭക്ഷണമില്ലാതെ അവർ രണ്ടുമൂന്ന് ദിവസം ആ ഗുഹയ്ക്കകത്ത് കഴിച്ചുകൂട്ടുകയാണ്. പിന്നെ അഫ്ഗാൻ അതിർത്തി കടന്ന് അവർ ചിത്രാളിൽ എത്തുന്നു. ആ സംസ്ഥാനം ഇപ്പോൾ പാകിസ്ഥാന്റെ ഭാഗമാണ്. അന്ന് ഇന്ത്യയുടെ ഭാഗമാണ്. ആ പ്രദേശത്തേക്കാണ് എത്തിച്ചേർന്നത്. അവിടെയുള്ള ആളുകൾ പ്രധാനമായിട്ടും പഞ്ചാബി വേഷമാണ് ധരിച്ചിട്ടുള്ളത്. ഇവരുടെ വേഷം വ്യത്യസ്തമാണ്. അത് അപകടമാകും എന്നു തോന്നി. ഇവർ വേറെ എവിടെനിന്നോ വന്നതാണെന്ന് പെട്ടെന്ന് തിരിച്ചറിയാൻ സാദ്ധ്യതയുണ്ട്. തുണിയൊക്കെ സംഘടിപ്പിച്ച് ഒരു തയ്യൽക്കാരനെ കണ്ട് രാത്രിതന്നെ വസ്ത്രങ്ങൾ തയ്ച്ച് വാങ്ങി.

തിടുക്കം കണ്ട് തയ്യൽക്കാരനു സംശയം തോന്നിയിരിക്കാം എന്ന് ഇവർ പിന്നീട് കരുതുന്നു. അവർ പിടിയിലാകുന്നു. ബ്രിട്ടീഷ് ഗവൺമെന്റിന്റെ പൊളിറ്റിക്കൽ ഏജന്റിന്റെയടുത്തേക്ക് അവരെ കൊണ്ടുപോകുന്നു. അവിടുന്ന് വിലങ്ങുകൾ വച്ചുകൊണ്ടാണ് അവരെ പിന്നീട് കൊണ്ടുപോകുന്നത്. ഈ യാത്രയാണ് പെഷാവാർ കമ്യൂണിസ്റ്റ് ഗൂഢാലോചനക്കേസിലെത്തുന്നത്.

ജയിലിലേക്ക് കൊണ്ടുപോയ അവരെ പിന്നീട് പ്രത്യേകം സെല്ലുകളിൽ അടച്ചു. ഇങ്ങനെ പിടിക്കപ്പെട്ടവരെല്ലാം പെഷാവാർ ഗൂഢാലോചന ക്കേസിലെ പ്രതികളാക്കപ്പെട്ടു. ക്രൗൺ വേഴ്സസ് മുഹമ്മദ് ഷഫീഖ് എന്ന ഒരു കേസ് നേരത്തെ സൂചിപ്പിച്ചു. ഇതുകൂടാതെ നാലു കേസു

കൾ കൂടി ഉണ്ടായിരുന്നു. ഈ കേസുകളെല്ലാം 1920–23 കാലഘട്ടത്തിൽ പെഷാവർ ഗൂഢാലോചനക്കേസ് എന്ന രൂപത്തിൽ അറിയപ്പെടുന്നുണ്ട്. ഇന്ത്യയുടെ സ്വാതന്ത്ര്യ സമരത്തിലെ ഏറ്റവും നിർണ്ണായകമായ പോരാട്ടങ്ങളിൽ ഒന്നായിട്ടാണ് ഇത് പരിഗണിക്കപ്പെടുന്നത്. കേസിലെ പ്രധാനപ്പെട്ട ആരോപണം തന്നെ പ്രതികൾ കമ്യൂണിസ്റ്റ് പാർട്ടി രൂപീകരിച്ചിരിക്കുന്നു; അവർ ബ്രിട്ടന്റെ രാജഭരണത്തിന് എതിരെയുള്ള ആക്രമണത്തിന് കോപ്പുകൂട്ടുന്നു എന്നാണ്. രാജ്യദ്രോഹക്കുറ്റമാണ് പ്രതികൾ ചെയ്തിരിക്കുന്നത്. അവർ ഗൂഢാലോചന നടത്തിയിരിക്കുന്നു. ഇതൊക്കെയായിരുന്നു ആരോപണങ്ങൾ. പ്രതികളെ വിചാരണയ്ക്ക് വിധേയരാക്കി. പിന്നീട് ലാഹോറിലെ ജഡ്ജിയായി മാറിയ വക്കീലാണ് ആദ്യ കേസിൽ ഇവർക്കുവേണ്ടി ഹാജരായത്. എന്നാൽ മൂന്ന് വർഷത്തെ തടവാണ് ഇവർക്ക് ലഭിച്ചത്. ഷെഫീഖിനും മൂന്ന് വർഷത്തെ കഠിനതടവ് ലഭിച്ചു. മൂന്ന് കേസിൽ ശിക്ഷിക്കപ്പെടുകയാണ് ചെയ്തത്.

അതിൽ ഈ പാർട്ടിയിൽ അംഗമല്ലാത്ത ഒരാളെയും പ്രതിയാക്കി വച്ചിരുന്നു എന്ന് റഫീഖ് അഹമ്മദിന്റെ ഓർമ്മക്കുറിപ്പുകൾ ഉദ്ധരിച്ച് മുസാഫർ അഹമ്മദ് സൂചിപ്പിക്കുന്നുണ്ട്. അദ്ദേഹത്തെ കമ്യൂണിസ്റ്റുകാരനല്ലെങ്കിലും പട്ടികയിൽ ഉൾപ്പെടുത്തിയത് ബ്രിട്ടീഷുകാർക്കുവേണ്ടി മൊഴി പറയാൻ പറ്റുന്നൊരാൾ എന്ന നിലയിലാണ്. പിന്നീട് മാപ്പുസാക്ഷിയാക്കി മാറ്റുകയും ചെയ്തു. ഈ പ്രതി കുറ്റം ചെയ്തിട്ടില്ല എന്ന നിലപാട് അസസർമാർ (അന്ന് കോടതിക്കകത്ത് അസസർമാരുണ്ട്) സ്വീകരിച്ചു. എന്നാൽ ജഡ്ജി ഇവരെയൊക്കെ ശിക്ഷിച്ചു. പെഷാവർ ഗൂഢാലോചന ക്കേസിൽ ഷെഫീഖ് അഹമ്മദിനെയടക്കം അറസ്റ്റ് ചെയ്തുകൊണ്ടു വരുന്നത് ചങ്ങലയിൽ പൂട്ടിക്കൊണ്ടാണ് എന്ന് സൂചിപ്പിക്കുന്നുണ്ട്.

ചുരുക്കത്തിൽ, ഇവരുടെ അതികഠിനമായ, ത്യാഗനിർഭരമായ പ്രവർത്തനങ്ങൾ ചരിത്രത്തിന്റെ ഭാഗമാണ്. എപ്പോൾ വേണമെങ്കിലും മരിച്ചുപോകാം എന്ന അവസ്ഥയിൽ കീഴ്ക്കാംതൂക്കായ മലകൾ കേറി, മഞ്ഞിന്റെ മുകളിലൂടെ നടന്ന്, ഗുഹകളിൽ ഉറങ്ങി, ഭക്ഷണം കഴിക്കാതെ കാലും കൈയുമെല്ലാം പൊട്ടി തീരെ അവശരായിട്ടും പിന്തിരിയാതെയാണ് അവർ സ്വരാജ്യത്ത് എത്തിയത്. രാജ്യത്തിന്റെ വിമോചനം മാത്രമായിരുന്നു ലക്ഷ്യം. അതിനുവേണ്ടിയുള്ള പ്രവർത്തനമാണ് അവർ നടത്തിക്കൊണ്ടിരുന്നത്.

പെഷാവാർ ഗൂഢാലോചനക്കേസ് ഇന്ത്യയിലെ കമ്യൂണിസ്റ്റ് പ്രസ്ഥാനത്തിന്റെ, തൊഴിലാളിവർഗ്ഗ രാഷ്ട്രീയ പ്രസ്ഥാനത്തിന്റെ ചരിത്രത്തിൽ പ്രധാനപ്പെട്ടതാണ്. ജയിലിൽനിന്ന് പുറത്തുവന്ന ശേഷം പലരും വീണ്ടും തൊഴിലാളിവർഗ്ഗ രാഷ്ട്രീയ പ്രസ്ഥാനത്തിന്റെ ഭാഗമായി പ്രവർത്തിച്ചു. ചില ആളുകൾ പിന്നീട് കാൺപൂർക്കേസിലും മീററ്റ് കേസിലും പ്രതിയാക്കപ്പെട്ടിട്ടുണ്ട്.

കേസുകൾ കൂസാതെ പുതുനീക്കങ്ങൾ

ആയിരത്തി തൊള്ളായിരത്തി ഇരുപതുകൾക്ക് ശേഷമുള്ള വർഷങ്ങൾ ഇന്ത്യയിലെ ദേശീയ സ്വാതന്ത്ര്യ പ്രസ്ഥാനത്തിന്റെ ഭാഗമായും അതിനോട് ചേർന്നുനിന്നും പ്രവർത്തിച്ചുകൊണ്ടിരുന്ന വിപ്ലവകാരികൾ വളരെ സജീവമായി തൊഴിലാളിവർഗ്ഗ രാഷ്ട്രീയത്തിലേക്ക് ആകർഷിക്കപ്പെട്ട കാലഘട്ടമായിരുന്നു. കമ്യൂണിസത്തിന്റെ വ്യാപനവും സ്വാധീനവും ഇന്ത്യയിൽ ശക്തിപ്പെടാനിടയുണ്ട് എന്ന് മനസ്സിലാക്കിക്കൊണ്ട് അതിനെ തടയുന്നതിനുള്ള ആദ്യത്തെ ഭയപ്പെടുത്തൽ ശ്രമമായിരുന്നു പെഷവാർ ഗൂഢാലോചനക്കേസ്.

എന്നാൽ ആ കേസ് പ്രസ്ഥാനത്തെ ദുർബ്ബലമാക്കുകയല്ല കുറേക്കൂടി ശക്തമാക്കുകയാണ് ചെയ്തത്. ഈ ഘട്ടത്തിൽ രാഷ്ട്രീയമായും പ്രത്യയശാസ്ത്രപരവുമായും ഇടപെടലുകൾ നടത്തുന്നത് പ്രധാനമായും വിദേശത്തു നിന്നുകൊണ്ട് എം എൻ റോയിയും അബനി മുഖർജിയും തന്നെയാണ്. അവർ എഴുതിയിട്ടുള്ള ലേഖനങ്ങളും അവരുടെ ലഘുലേഖകളും എല്ലാംതന്നെ ഇന്ത്യൻ കമ്യൂണിസത്തിന്റെ മാനിഫെസ്റ്റോയും ഇന്ത്യയിലെ തൊഴിലാളിവർഗ്ഗം ഈ ഘട്ടത്തിൽ നിർവ്വഹിക്കേണ്ട ദൗത്യവും ബ്രിട്ടീഷ് സാമ്രാജ്യത്വത്തിനെതിരെയുള്ള കൊളോണിയൽ വിരുദ്ധ സ്വാതന്ത്ര്യ സമരത്തിൽ സജീവമാകേണ്ടതിന്റെ ആവശ്യകതയും അതിന്റെ വർഗ്ഗ മാനങ്ങളുമെല്ലാം തന്നെ വിശദമാക്കാൻ ശ്രമിച്ചിട്ടുള്ള ഇടപെടലുകളുമായിരുന്നു. മാർക്സിസത്തെ സംബന്ധിച്ചുള്ള അന്ന് ലഭ്യമായ ധാരണകളെ അടിസ്ഥാനപ്പെടുത്തിക്കൊണ്ട് ഇന്ത്യയിൽ എങ്ങനെയൊക്കെയായിരിക്കണം രാജ്യത്തിന്റെ വിമോചനത്തിനുവേണ്ടി പ്രവർത്തിക്കേണ്ടത് എന്ന കാഴ്ചപ്പാടാണ് അത്തരം രേഖകൾക്കകത്ത് ഉണ്ടായിരുന്നത്.

1946 നോടടുപ്പിച്ച്; വർലി പ്രക്ഷോഭകാലം; ഓൾ ഇന്ത്യാ കിസാൻ സഭയുടെയും കമ്യൂണിസ്റ്റ് പ്രസ്ഥാനത്തിന്റെയും നേതാവായിരുന്ന ഗോദാവരി പരുലേക്കർ ഇന്നത്തെ മഹാരാഷ്ട്രയിലെ ഠാനെയിലെ വർലി ഗോത്രജനതയെ അഭിസംബോധന ചെയ്ത് സംസാരിക്കുന്നു. ജന്മികളുടെ അടിച്ചമർത്തലിനെതിരെ 1945 ൽ കിസാൻ സഭയുടെ നേതൃത്വത്തിൽ ആരംഭിച്ചതാണ് വർലി പ്രക്ഷോഭം.

ഗയാ കോൺഗ്രസിലും അഹമ്മദാബാദ് കോൺഗ്രസിലും പൂർണ്ണ സ്വരാജ് എന്ന മുദ്രാവാക്യം കമ്യൂണിസ്റ്റുകാർ ഉന്നയിച്ചതിനെ സംബ ന്ധിച്ച് നേരത്തെ വ്യക്തമാക്കുകയുണ്ടായി. ഈ ഘട്ടത്തിൽ തന്നെയാണ് മുംബൈയിൽ എസ് എ ഡാങ്കെയുടെ നേതൃത്വത്തിൽ ഒരു കമ്യൂണിസ്റ്റ് ഗ്രൂപ്പ് രൂപംകൊള്ളുന്നത്. എസ് വി ഘാട്ടെ അടക്കമുള്ളവർ ആ ഗ്രൂപ്പിനകത്തുണ്ടായിരുന്നു. അവർ ബോംബെ കേന്ദ്രീകരിച്ച് വളരെ ശക്തമായ പ്രവർത്തനങ്ങൾ നടത്തുകയുണ്ടായി. 1923 ൽ മുംബൈയിൽ നിന്ന് *സോഷ്യലിസ്റ്റ്* എന്ന പേരിൽ ഒരു പ്രസിദ്ധീകരണം ഡാങ്കെയുടെ നേതൃത്വത്തിൽ ആരംഭിക്കുകയുണ്ടായി. ഇതേ ഘട്ടത്തിൽത്തന്നെ രാജ്യ ത്തിന്റെ പല ഭാഗങ്ങളിലും കമ്യൂണിസ്റ്റ് ഗ്രൂപ്പുകൾ പ്രവർത്തനം ആരം ഭിച്ചിരുന്നു. അവരും മാസികകളിലും വാരികകളിലും മറ്റു മാധ്യമങ്ങ ളിലും കൂടി തങ്ങളുടെ രാഷ്ട്രീയ ആശയ നിലപാടുകൾ സമൂഹത്തി ലേക്കെത്തിക്കാൻ ശ്രമിച്ചിരുന്നു.

1922 ൽ ഷൗക്കത്ത് ഉസ്മാനി ബനാറസിൽ രൂപീകരിച്ച കമ്യൂണിസ്റ്റ് ഗ്രൂപ്പും പ്രധാനമാണ്. ഉസ്മാനി തുടർന്നുള്ള കാൺപൂർ, മീററ്റ് അട ക്കമുള്ള ഗൂഢാലോചനക്കേസുകളിലെല്ലാം പ്രതിയാക്കപ്പെട്ട ധീരനായ കമ്യൂണിസ്റ്റായിരുന്നു. മോസ്കോയിൽ നിന്ന് മടങ്ങിവന്നയാളാണ്. അവി ഭക്ത ഇന്ത്യയുടെ ഭാഗമായിട്ടുള്ള ലാഹോറിൽ ഗുലാം ഹുസൈതിന്റെ നേതൃത്വത്തിൽ ഒരു കമ്യൂണിസ്റ്റ് ഗ്രൂപ്പും അതേഘട്ടത്തിൽ രൂപം കൊണ്ടു. അവരാണ് *ഇങ്കിലാബ്* എന്ന പേരിൽ ഒരു മാസിക ആരംഭി ക്കുന്നത്.

അതേസമയം തന്നെ മുസാഫർ അഹമ്മദിന്റെ നേതൃത്വത്തിൽ ബംഗാളിൽ കൽക്കത്ത കേന്ദ്രീകരിച്ച് ഒരു കമ്യൂണിസ്റ്റ് ഗ്രൂപ്പ് പ്രവർ ത്തനമാരംഭിച്ചു. ഇന്ത്യയിലെ തൊഴിലാളിവർഗ്ഗ രാഷ്ട്രീയ പ്രസ്ഥാന ത്തിന്റെ ചരിത്രത്തിന് ഒരിക്കലും മറക്കാൻ കഴിയാത്ത ധീരോദാത്തമായ നേതൃത്വം നല്കിയിട്ടുള്ള വ്യക്തിയാണ് മുസാഫർ അഹമ്മദ്. പിന്നീട് അദ്ദേഹം സി പി ഐ (എം) ന്റെ നേതൃനിരയിൽ പ്രവർത്തിച്ചിരുന്നു. അവരാണ് *ഗണവാണി* എന്ന പ്രസിദ്ധീകരണം ആരംഭിക്കുന്നത്. ഇത്തരത്തിൽ നിരവധി ഗ്രൂപ്പുകൾ തെക്കേ ഇന്ത്യയിലുമുണ്ട്. മദ്രാസിൽ ശിങ്കാരവേലു ചെട്ടിയാരായിരുന്നു ഒരു നേതാവ്. അദ്ദേഹം ട്രേഡ് യൂണി യൻ നേതാവായിരുന്നു. കമ്യൂണിസ്റ്റ് പാർട്ടിയുടെ തൊഴിലാളിവർഗ്ഗ രാഷ്ട്രീയം ഏറ്റവും ഉയർത്തിപ്പിടിച്ചുകൊണ്ട് അദ്ദേഹം ശക്തമായിത്തന്നെ പ്രവർത്തിച്ചിരുന്നു. *ലേബർ ഗസറ്റ്* എന്ന പേരിൽ അദ്ദേഹം മദ്രാസിൽ നിന്ന് ഒരു പ്രസിദ്ധീകരണം ആരംഭിച്ചിരുന്നു. നേരത്തെ സൂചിപ്പിച്ചതു പോലെ എം എൻ റോയിയുടെ നേതൃത്വത്തിൽ ആരംഭിച്ച *ഇന്ത്യൻ വാൻഗാഡ്* 1922–24 കാലഘട്ടത്തിലാണ് പ്രസിദ്ധീകരിക്കുന്നത്. പിന്നീട് അതിന്റെ പേര് മാറ്റി *മാസ് ഓഫ് ഇന്ത്യ*യാക്കി. 1927 വരെ ആ പേരിലാണ് പ്രസിദ്ധപ്പെടുത്തിയത്.

ഈ ഘട്ടത്തിൽത്തന്നെ ഇന്ത്യയിൽ തൊഴിലാളി സംഘടനകൾ രൂപംകൊള്ളുന്നുണ്ട്. എ ഐ ടി യു സി 1920 ൽ രൂപംകൊണ്ടിരുന്നു. ഇന്ത്യയിൽ നിരവധി ട്രേഡ് യൂണിയനുകൾ ആ സന്ദർഭത്തിൽ പ്രവർത്തിച്ചിരുന്നു. 1926 ലെ ഒരു കണക്ക് പ്രകാരം അന്ന് ഇന്ത്യയിൽ രജിസ്റ്റർ ചെയ്ത 200 ട്രേഡ് യൂണിയനുകളിലായി മൂന്ന് ലക്ഷം അംഗങ്ങൾ ഉണ്ടായിരുന്നു എന്നാണ്. അതിൽ 57 ട്രേഡ് യൂണിയനുകൾ ഏകദേശം ഒന്നേകാൽ ലക്ഷം അംഗങ്ങളുള്ളവ ആയിരുന്നു. അവയിൽ പലതും എ ഐ ടി യു സിയിൽ അഫിലിയേറ്റ് ചെയ്തിരുന്നു. ഒരു കേന്ദ്രീകൃത ട്രേഡ് യൂണിയൻ എന്ന നിലയിൽ ഇവിടെ അക്കാലത്തുതന്നെ ഒരു സംഘടന പ്രവർത്തനം ആരംഭിച്ചു എന്ന് കാണേണ്ടതുണ്ട്.

ഇത്തരത്തിലുള്ള മുന്നേറ്റങ്ങൾ ഈ കാലഘട്ടത്തിൽ നടന്നിരുന്നു. പെഷാവാർ ഗൂഢാലോചനക്കേസ് വഴി കമ്യൂണിസ്റ്റ് പ്രസ്ഥാനത്തെ അടിച്ചമർത്താൻ കഴിയാതെ വന്നപ്പോഴാണ് അടുത്ത കേസായ കാൺപൂർ ഗൂഢാലോചനക്കേസ് ചുമത്തുന്നത്. 1923 ഫെബ്രുവരി 28 ന് അന്നത്തെ ഗവർണർ ജനറൽ ലണ്ടനിലെ ആഭ്യന്തര സെക്രട്ടറിക്ക് ഒരു കത്ത് അയയ്ക്കുകയുണ്ടായി. തൊഴിലാളിവർഗ്ഗത്തിന് അനുകൂലമായ ഒരു രാഷ്ട്രീയം ഇന്ത്യയിൽ ശക്തിപ്പെടുന്നുണ്ട് എന്ന് ആ കത്തിൽ പറയുന്നു. ലെഫ്റ്റിലേക്കുള്ള ഷിഫ്റ്റ് വ്യാപിച്ചുകൊണ്ടിരിക്കുന്നു, കമ്യൂണിസ്റ്റ് പ്രവർത്തനങ്ങൾ ശക്തിപ്പെടുന്നുണ്ട്, അതിനെ ദുർബ്ബലപ്പെടുത്തേണ്ടതുണ്ട്, അതിനെ ആക്രമിച്ച് കീഴ്പ്പെടുത്തേണ്ടതുണ്ട്, എന്ന രൂപത്തിലാണ് ടെലിഗ്രാം. തുടർന്ന് മുസാഫർ അഹമ്മദിനെ 1923 മെയ് 19 ന് അറസ്റ്റ് ചെയ്തു. അതിന് തൊട്ടുമുമ്പ് 8-ാം തീയതി ഷൗക്കത്ത് ഉസ്മാനിയെ (ബനാറസിൽ അദ്ദേഹമാണ് കമ്യൂണിസ്റ്റ് ഗ്രൂപ്പ് ആരംഭിച്ചത്) അറസ്റ്റ് ചെയ്തു. അതുപോലെ ഗുലാം ഹുസൈനെ അറസ്റ്റ് ചെയ്തു. ഇവരെ മൂന്നുപേരെയും ധാക്ക, പെഷാവാർ, ലാഹോർ എന്നീ മൂന്ന് ജയിലുകളിലായിട്ടാണ് അടയ്ക്കുന്നത്. എം എൻ റോയിയായിരുന്നു അതിൽ ഒന്നാമത്തെ പ്രതി. അദ്ദേഹം വിദേശത്തായിരുന്നു. അതുകൊണ്ട് കോടതി നടപടികളിൽ ആ സന്ദർഭത്തിൽ അദ്ദേഹത്തെ ഹാജരാക്കാൻ കഴിഞ്ഞില്ല. പിന്നീട് അദ്ദേഹം ഇന്ത്യയിൽ മടങ്ങി വന്നതിനു ശേഷമാണ് ജയിലിൽ അടയ്ക്കുന്നത്.

ശിങ്കാരവേലു ചെട്ടിയാരെയും 1924 മാർച്ചിൽ മദ്രാസിൽ നിന്ന് അറസ്റ്റ് ചെയ്യുകയുണ്ടായി. എസ് എ ഡാങ്കെയെയും ഇതിൽ പ്രതിയാക്കി അറസ്റ്റ് ചെയ്തു. ആദ്യഘട്ടത്തിൽ കേസിൽ 13 പ്രതികളുണ്ടായിരുന്നു. പിന്നീട് അത് ചുരുക്കി എട്ടുപേരാക്കി. കാൺപൂർ ഗൂഢാലോചനക്കേസ് എന്നാണ് അറിയപ്പെടുന്നതെങ്കിലും ക്രൗൺ വേഴ്സസ് ബോൾഷെവിക് എന്നായിരുന്നു രേഖകളിൽ ആ കേസിന്റെ പേര്. പ്രതികളെല്ലാം ബോൾഷെവിക്കുകളായാണ് പരിഗണിക്കപ്പെട്ടിരുന്നത്. ആ കേസ് വിചാരണ ചെയ്ത ജഡ്ജിയെക്കുറിച്ചും പ്രത്യേകം പറയേണ്ടതുണ്ട്. ചൗരിചൗര കേസിൽ 172 പേർക്ക് വധശിക്ഷ വിധിച്ച എച്ച് വി ഹോം ആയിരുന്നു

ആ ജഡ്ജി. അതുകൊണ്ട് കേസ് ആ ബെഞ്ചിൽനിന്ന് മാറ്റി മറ്റേതെങ്കിലും നഗരത്തിലേക്ക് വിചാരണ മാറ്റണമെന്ന് ആവശ്യം ഉയർന്നിരുന്നു. എന്നാൽ അത് അനുവദിക്കപ്പെട്ടില്ല.

കേസുകൾ പെഷാവാറിൽ നിന്ന് കാൺപൂരിലേക്ക് എത്തുമ്പോൾ ഒരു വ്യത്യാസം വന്നിരുന്നു. പെഷാവാർക്കേസിന്റെ കാലത്ത് പ്രതികളെ രക്ഷപ്പെടുത്തുന്നതിന് സംഘടിതമായ ശ്രമങ്ങൾ നടന്നിരുന്നില്ല. ഗൂഢാലോചന കുറ്റം ചുമത്തപ്പെട്ട സ്വാതന്ത്ര്യ സമര സേനാനികൾ എന്ന രീതിയിൽ അവരെപ്പറ്റി കാര്യമായി വാർത്തകളും വന്നിരുന്നില്ല. റഷ്യയിൽനിന്നുള്ള മടക്കയാത്രയിലാണ് അവർ അറസ്റ്റ് ചെയ്യപ്പെടുന്നത്. അതുകൊണ്ട് അതിന്റെ കാര്യങ്ങൾ കേന്ദ്രീകൃതമായി കൈകാര്യം ചെയ്യുന്നതിൽ പോരായ്മകൾ ഉണ്ടായിരുന്നു. അന്നത്തെ ഘട്ടത്തിൽ അത്രയൊക്കെയേ കഴിയുമായിരുന്നുള്ളൂ.

എന്നാൽ കാൺപൂർ കേസ് ആവുമ്പോഴേക്ക് കേസ് നടത്തുന്നതിന് ഒരു ഡിഫൻസ് കമ്മിറ്റി രൂപീകരിക്കുകയുണ്ടായി. കേസ് നടത്തിപ്പിന്റെ ചുമതല ആ ഡിഫൻസ് കമ്മിറ്റി ഏറ്റെടുത്തു. അവർ നന്നായിത്തന്നെ കേസുകൾ വാദിച്ചു. നാല് വർഷത്തെ കഠിന തടവാണ് എം എൻ റോയിയും മുസാഫർ അഹമ്മദും ഡാങ്കെയും ഉൾപ്പെടെയുള്ള എട്ട് പ്രതികൾക്ക് ലഭിക്കുന്നത്. ശിങ്കാരവേലു ചെട്ടിയാർക്ക് സുഖമില്ലാത്തതിനാൽ കേസിൽനിന്ന് ജാമ്യം നല്കി. ആ കേസിന്റെ വിചാരണ വേളയിൽ അദ്ദേഹം ഹാജരായിരുന്നില്ല. എം എൻ റോയിയും ഹാജരായിരുന്നില്ല.

കാൺപൂർ ഗൂഢാലോചനക്കേസ് ഇന്ത്യയിലെ കമ്യൂണിസ്റ്റ് പ്രസ്ഥാനത്തിന്റെ ചരിത്രത്തിലെ ഒരു നിർണ്ണായക ഘട്ടമാണെന്ന് കാണേണ്ടതുണ്ട്. ഇതിന്റെ തുടർച്ചയിലാണ് കാൺപൂർ ഒരു പ്രധാനപ്പെട്ട വിപ്ലവ കേന്ദ്രമായി മാറിയത്. നേരത്തെ സൂചിപ്പിച്ചതുപോലെ കാൺപൂരിൽ വെച്ചാണ് ഇന്ത്യയിലെ കമ്യൂണിസ്റ്റ് പാർട്ടിയുടെ ഇന്ത്യയ്ക്കകത്തെ ആദ്യ സമ്മേളനം നടക്കുന്നത്. 1920 ൽ താഷ്കന്റിൽ രൂപംകൊണ്ട കമ്യൂണിസ്റ്റ് പ്രസ്ഥാനം കമ്യൂണിസ്റ്റ് പാർട്ടി ഓഫ് ഇന്ത്യയായി മാറിയത് അവിടെയാണ്. ഇന്ത്യയിൽ പ്രവർത്തിച്ചിരുന്ന വിവിധ ഗ്രൂപ്പുകൾ ആ സമ്മേളനത്തിൽ പങ്കെടുത്തു. പല പ്രദേശങ്ങളിൽ മാർക്സിസ്റ്റ് ഗ്രൂപ്പുകൾ, കമ്യൂണിസ്റ്റ് ഗ്രൂപ്പുകൾ, തൊഴിലാളി ലേബർ യൂണിയനുകൾ തുടങ്ങി പല രൂപങ്ങളിലും കമ്യൂണിസ്റ്റുകാർ പ്രവർത്തിച്ചിരുന്നു. അവരെല്ലാവരും കേന്ദ്രീകരിക്കുന്ന ഒരു സമ്മേളനമായാണ് കാൺപൂർ സമ്മേളനം ചേരുന്നത്.

പ്രധാനപ്പെട്ട നേതാക്കളെല്ലാം അപ്പോൾ കാൺപൂർ ഗൂഢാലോചന ക്കേസിൽ അകപ്പെട്ട് ജയിലിനകത്താണ്. അതുകൊണ്ട് എല്ലാവരും കൂടി ആലോചിച്ചുകൊണ്ട് ഒരു സമ്മേളനം എന്ന രൂപത്തിലല്ല കാൺപൂർ സമ്മേളനം നടന്നത്. കൗതുകകരമായ ഒരു കാര്യം സ്വയം ഒരു കമ്യൂണിസ്റ്റാണ് എന്ന് പ്രഖ്യാപിച്ചിരുന്ന സത്യഭക്ത എന്ന് അറിയപ്പെടുന്ന

ഒരാളാണ് ഈ സമ്മേളനം വിളിച്ചുചേർക്കുന്നതിന് മുൻകൈയെടുക്കുന്നത് എന്നതാണ്. അല്ലാതെ കമ്യൂണിസ്റ്റ് പ്രസ്ഥാനം താഷ്കന്റിൽ രൂപീകരിക്കപ്പെട്ടതിന്റെ അടിസ്ഥാനത്തിലോ ഇന്ത്യയിലെ ഗ്രൂപ്പുകൾ ഒരു പ്രാഥമിക മീറ്റിങ്ങുകൂടി അതിന്റെ അടിസ്ഥാനത്തിലോ ചേർന്ന ഒരു സമ്മേളനം ആയിരുന്നില്ല. സത്യഭക്ത തൊഴിലാളിവർഗ്ഗ കാഴ്ചപ്പാട് മുന്നോട്ട് വച്ചിട്ടുള്ള ആളാണ്. എന്നാൽ ഇന്ത്യയ്ക്കകത്ത് നിന്നുകൊണ്ട് എങ്ങനെയൊക്കെയായിരിക്കണം തൊഴിലാളിവർഗ്ഗ രാഷ്ട്രീയം മുന്നോട്ട് കൊണ്ടുപോകേണ്ടത് എന്നകാര്യത്തിൽ വേറിട്ട കാഴ്ചപ്പാടായിരുന്നു അദ്ദേഹത്തിന്.

പ്രധാനപ്പെട്ട സംഘാടകരിൽ മറ്റൊരാൾ ഹസ്രത് മൊഹാനി ആയിരുന്നു. അദ്ദേഹമാണ് എം എൻ റോയ് എഴുതിയ, പൂർണ്ണസ്വരാജ് (ആസാദി കാമിൽ) ആവശ്യപ്പെടുന്ന കമ്യൂണിസ്റ്റ് നിലപാട് 1921 ലെ അഹമ്മദാബാദ് കോൺഗ്രസ് സമ്മേളനത്തിൽ അവതരിപ്പിച്ചത്. അദ്ദേഹമാണ് 'ഇങ്കിലാബ് സിന്ദാബാദ്' എന്ന മുദ്രവാക്യത്തിന്റെ രചയിതാവ്. മനുഷ്യനുള്ളിടത്തോളം കാലം മറക്കാൻ കഴിയാത്ത 'ചുപ്കോ ചുപ്കോ' എന്ന അതിമനോഹരമായ ഗസൽ ഗാനം എഴുതിയ മൊഹാനിയാണ് കാൺപൂർ സമ്മേളനത്തിൽ സ്വാഗതവും പറഞ്ഞത്. അദ്ദേഹത്തിനൊപ്പം സ്വാമി കുമാരനന്ദയും ഉണ്ടായിരുന്നു.

എന്താണ് സ്വകാര്യ സ്വത്ത്, എന്താണ് വ്യക്തിസ്വത്ത് എന്നൊക്കെയുള്ള കാര്യങ്ങൾ പരാമർശിച്ചായിരുന്നു അദ്ദേഹത്തിന്റെ കൗതുകകരമായ സ്വാഗത പ്രസംഗം. പേന, വാച്ച് തുടങ്ങിയവയൊക്കെ വ്യക്തിയുടെ സ്വത്താണ്, സ്വകാര്യസ്വത്ത് എന്നുള്ളത് ചൂഷണത്തിലൂടെ സംഘടിപ്പിച്ച് സ്വായത്തമാക്കുന്നതാണ് എന്നൊക്കെ അദ്ദേഹം വിശദീകരിക്കുന്നു. മൊഹാനി പിന്നീട് പല വഴികളിലൂടെ സഞ്ചരിച്ചു. തുടക്കത്തിൽ കമ്യൂണിസ്റ്റ് പ്രസ്ഥാനത്തിന്റെ ഭാഗമായിരുന്നെങ്കിലും പിന്നീട് അദ്ദേഹം മുസ്ലീംലീഗുമായി ബന്ധപ്പെട്ടു. ഭരണഘടനാ അസംബ്ലിയുടെ ഭാഗമായി. അവിടെ അദ്ദേഹം ഒരു സ്വതന്ത്ര നിലപാടിലേക്ക് വന്നു. യു എസ് എസ് ആർ മാതൃകയിലുള്ള ഭരണഘടന ഇന്ത്യക്ക് വേണമെന്ന് അവിടെ അദ്ദേഹം വാദിച്ചു.

മദ്രാസിലെ തൊഴിലാളിവർഗ്ഗ രാഷ്ട്രീയ പ്രവർത്തനത്തിന് നേതൃത്വം നല്കിയ ശിങ്കാരവേലു ചെട്ടിയാരാണ് കാൺപൂർ സമ്മേളനത്തിൽ അദ്ധ്യക്ഷനായത്. സമ്മേളനത്തിൽ ജെ പി ബാഹർഘട്ടയും എസ് വി ഘാട്ടയും സെക്രട്ടറിമാരായി തെരഞ്ഞെടുക്കപ്പെട്ടു. കമ്യൂണിസ്റ്റ് പ്രസ്ഥാനത്തിന്റെ ഇന്ത്യയിൽ വച്ചുനടന്ന ദേശീയ തലത്തിലുള്ള ആദ്യസമ്മേളനം ഇതായിരുന്നു എന്ന് പറയാം. അത് ചരിത്രത്തിലെ സവിശേഷമായ ഘട്ടമാണ്.

എന്നാൽ സമ്മേളനത്തിന് നേതൃത്വം നല്കിയ സത്യഭക്തയുടെ കാഴ്ചപ്പാട് മറ്റൊന്നായിരുന്നു. പാർട്ടി ദേശീയതലത്തിലായിരിക്കണമെന്നും കോമിന്റേണുമായി ബന്ധംപാടില്ലെന്നും അദ്ദേഹം വാദിച്ചു.

സാർവ്വദേശീയ മാനങ്ങൾ പാടില്ല; ഇന്ത്യയ്ക്കകത്തുതന്നെ ഒതുങ്ങുന്ന പാർട്ടിയായിരിക്കണം. 1926 ൽ വീണ്ടും സമ്മേളനം നടക്കുന്ന ഘട്ടത്തിലും ഈ നിലപാട് ശക്തമായി തുടർന്നു. കമ്യൂണിസ്റ്റ് പാർട്ടിക്കകത്തുള്ള മറ്റെല്ലാവരും അത് തള്ളിക്കളഞ്ഞു. തുടർന്ന് ദേശീയ ഇന്ത്യൻ കമ്യൂണിസ്റ്റ് പാർട്ടി എന്ന മറ്റൊരു പാർട്ടി അദ്ദേഹം രൂപീകരിച്ചു.

കാൺപൂർ സമ്മേളനത്തിന്റെ തുടർച്ചയായി തന്നെ തൊഴിലാളി കർഷക പാർട്ടി എന്ന രീതിയിൽ പലയിടത്തും പാർട്ടി സ്വതന്ത്രമായി പ്രവർത്തിച്ചിരുന്നു. കമ്യൂണിസ്റ്റ് പാർട്ടി രഹസ്യ സ്വഭാവത്തിൽ അടിച്ചമർത്തലുകളെ നേരിട്ട് പ്രവർത്തിക്കുന്ന സമയത്തുതന്നെയായിരുന്നു ഈ പേരിലുള്ള പരസ്യ പ്രവർത്തനം. കൽക്കത്ത, ലാഹോർ, ബോംബെ, കറാച്ചി, മദ്രാസ് എന്നിവിടങ്ങളിലൊക്കെ ഒരു തൊഴിലാളി കർഷക പാർട്ടി ഈ ഘട്ടത്തിൽ സ്വതന്ത്രമായി പ്രവർത്തിച്ചിരുന്നു. ഈ വികാസ ഘട്ടത്തിന്റെ ചലനങ്ങൾകൂടി മനസ്സിലാക്കിക്കൊണ്ടാണ് ബ്രിട്ടീഷ് സർക്കാർ മീററ്റ് ഗൂഢാലോചനക്കേസുമായി വരുന്നത്.

മീററ്റ് കേസിന്റെ നാൾവഴികൾ

പെഷാവാർ, കാൺപൂർ ഗൂഢാലോചനക്കേസുകളെപ്പറ്റി പറഞ്ഞല്ലോ. അതിന്റെ തുടർച്ചയിലുള്ള ഏറ്റവും പ്രധാനപ്പെട്ട കേസാണ് മീററ്റ് ഗൂഢാലോചനക്കേസ്. ഇന്ത്യയുടെ സ്വാതന്ത്ര്യ സമര ചരിത്രത്തിൽ ഈ ഗൂഢാലോചനക്കേസിനു സവിശേഷമായ പ്രാധാന്യമുണ്ട്. 1929 ലാണ് ഈ ഗൂഢാലോചനക്കേസിന്റെ തുടക്കം. 1927–28 ഒക്കെ ഇളകി മറിയുന്ന സ്വാതന്ത്ര്യ സമരത്തിന്റെ ഘട്ടമാണ്. 1927 ലാണ് സൈമൺ കമീഷൻ ബഹിഷ്കരണം എന്നുള്ള ആഹ്വാനം മുൻനിർത്തി ദേശീയ സ്വാതന്ത്ര്യ പ്രസ്ഥാനം വലിയ പോരാട്ടങ്ങൾക്ക് നേതൃത്വം നല്കുന്നത്. 1928–29 ഭഗത്സിങ്ങിന്റെ ധീരമായ പ്രവർത്തനങ്ങളുടെ കാലമാണ്. ലാലാലജ്പത് റായിയുടെ രക്തസാക്ഷിത്വത്തിലേക്ക് നയിച്ച പൊലീസ് മർദ്ദനത്തിന് നേതൃത്വം നല്കിയയാളെ വെടിവച്ചതും ലെജിസ്ലേറ്റീവ് കൗൺസിലിനകത്ത് മുദ്രാവാക്യം വിളിച്ച് ബോംബ് സ്ഫോടനം നടത്തിയതുമെല്ലാം ഈ കാലത്താണ്. അത്രമാത്രം സാഹസികമായ സ്വാതന്ത്ര്യ പ്രവർത്തനങ്ങളുടെ ആവേശകരമായ ഘട്ടമാണ് 1928–29.

1928 ന്റെ മറ്റൊരു പ്രത്യേകത തുടർച്ചയായി തൊഴിലാളി സമരങ്ങൾ ഇരമ്പിക്കയറുകയുണ്ടായി എന്നതാണ്. തൊഴിലാളികൾ തൊഴിലിടങ്ങൾ ബഹിഷ്കരിക്കുക എന്നത് സൈമൺ കമീഷനെതിരായ പ്രക്ഷോഭത്തിലെ ആഹ്വാനമായിരുന്നു. അതിന്റെ ഭാഗമായിത്തന്നെ വലിയ പണിമുടക്കുകൾക്ക് രാജ്യം സാക്ഷ്യം വഹിച്ചു. തൊഴിലാളി സംഘടനകൾ ശക്തിപ്പെട്ടതിന്റെ ചരിത്രം മുമ്പ് സൂചിപ്പിച്ചിരുന്നു. 1920 ൽ എ ഐ ടി യു സിയുടെ രൂപീകരണവും സൂചിപ്പിച്ചു. 1918 ലാണ് ഇന്ത്യയിൽ രേഖപ്പെടുത്തപ്പെട്ട ആദ്യത്തെ ട്രേഡ് യൂണിയൻ രൂപംകൊള്ളുന്നത്.

ശിങ്കാരവേലു ചെട്ടിയാർ തമിഴ്നാട്ടിൽ രൂപീകരിച്ച ട്രേഡ് യൂണിയനാണ് ആദ്യത്തെ ട്രേഡ് യൂണിയനായി പരിഗണിക്കപ്പെടുന്നത്. അദ്ദേഹത്തെ പ്പറ്റിയും നേരത്തെ സൂചിപ്പിച്ചിരുന്നു. കാൺപൂർ സമ്മേളനത്തിൽ അദ്ദേഹം നടത്തിയ പ്രസംഗത്തിന്റെ ഒരു ഭാഗം പ്രത്യേകം എടുത്തു പറയേണ്ടതാണ്. സാമൂഹ്യമായ അടിച്ചമർത്തലുകൾക്കെതിരെയുള്ള പ്രശ്നം വർഗ്ഗ പ്രശ്നത്തോടൊപ്പംത്തന്നെ കൈകാര്യം ചെയ്യേണ്ടതുണ്ട് എന്ന കാഴ്ചപ്പാടായിരുന്നു അദ്ദേഹം മുന്നോട്ടുവെച്ചത്. തൊട്ടുകൂടായ്മക്കെതിരെയുള്ള സമരം തൊഴിലാളികൾ ഏറ്റെടുക്കേണ്ടതുണ്ട്, കമ്യൂണിസ്റ്റ് പാർട്ടി സജീവമായി ഏറ്റെടുക്കേണ്ടതുണ്ട് എന്നു കാൺപൂരിലെ അദ്ധ്യക്ഷ പ്രസംഗത്തിൽ അദ്ദേഹം സൂചിപ്പിച്ചു.

1928–29 എല്ലാം തുടർച്ചയായ സമര മുന്നേറ്റങ്ങളുടെയും പണിമുടക്കങ്ങളുടെയും കർഷക സമരങ്ങളുടെയും കാലമായിരുന്നു. സ്വാതന്ത്ര്യ സമരത്തിന്റെതന്നെ ഭാഗമായി അതിശക്തമായ ആയുധമേന്തിയുള്ള സമരങ്ങൾ ശക്തിപ്പെടേണ്ടതുണ്ട് എന്ന കാഴ്പ്പാട് പ്രയോഗത്തിൽ വന്ന കാലവുമായിരുന്നു. അന്ന് ഇന്ത്യയിൽനിന്നു ഗവർണർ ജനറൽ ബ്രിട്ടനിലേക്ക് ഹോം സെക്രട്ടറിക്ക് അയച്ച കത്തിൽ ഇക്കാര്യം സൂചിപ്പിച്ചു. 'ലെഫ്റ്റിലേക്കുള്ള ഷിഫ്റ്റ് ശക്തിപ്പെട്ടുകൊണ്ടിരിക്കുകയാണ്. ഇങ്ങനെ വന്നാൽ ദേശീയ പ്രസ്ഥാനം എന്നുള്ളതുതന്നെ കമ്യൂണിസ്റ്റ് പ്രസ്ഥാനമാകാൻ ഇടയുണ്ട്. അതുകൊണ്ട് ശക്തമായ അടിച്ചമർത്തൽ നടപടികൾ ആവശ്യമായി വരും' എന്നതായിരുന്നു കത്തിന്റെ സാരാംശം. അതിന്റെ തുടർച്ചയിലാണ് കമ്യൂണിസ്റ്റ് നേതാക്കന്മാരെ അറസ്റ്റ് ചെയ്യുന്ന മീററ്റ് ഗൂഢാലോചനക്കേസിന്റെ തുടക്കം.

പ്രധാനപ്പെട്ട പാർട്ടി നേതാക്കന്മാരെല്ലാം അന്ന് അറസ്റ്റ് ചെയ്യപ്പെട്ടു. ഈ വിപ്ലവപ്രവർത്തനങ്ങൾക്ക് നേതൃത്വം നല്കുന്ന കമ്യൂണിസ്റ്റുകാരെന്ന് ആരോപിച്ചു മൂന്ന് ബ്രിട്ടീഷ് പൗരന്മാരെയും അറസ്റ്റ് ചെയ്യുകയുണ്ടായി. ഒരാൾ ബി എഫ് ബ്രാഡ്ലിയാണ്, മറ്റൊരാൾ ഫിലിപ്പ് സാപ്രാറ്റാണ്, മൂന്നാമത്തെയാൾ എച്ച് എൽ ഹച്ചിൻസൻ. ഈ മൂന്നുപേരും വിദേശികളാണ്. അവരും മീററ്റ് ഗൂഢാലോചനക്കേസിൽ പ്രതികളാണ്.

താഷ്കന്റിൽ കമ്യൂണിസ്റ്റ് പാർട്ടി രൂപീകരിക്കപ്പെട്ടവരുടെ കൂട്ടത്തിൽ രണ്ട് വിദേശ വനിതകൾ ഉണ്ടായിരുന്നു എന്നത് കമ്യൂണിസ്റ്റുകാർക്ക് എതിരെയുള്ള പ്രചാരവേലയ്ക്ക് ആയുധമാക്കുമോ എന്ന് ഭയപ്പെടുന്ന ഒരു ലേഖനം ഒരു കമ്യൂണിസ്റ്റ് സുഹൃത്ത് എഴുതിക്കണ്ടു. ഈ പേരുകൾ കേൾക്കുമ്പോൾ അദ്ദേഹം വീണ്ടും ഭയപ്പെടുമോ എന്ന് സംശയമുണ്ട്. ഈ മൂന്ന് വിദേശികളും മീററ്റ് ഗൂഢാലോചനക്കേസിൽ പ്രതികളായിരുന്നു. അവർ ഇന്ത്യയുടെ സ്വാതന്ത്ര്യ സമരത്തിനു വേണ്ടിയുള്ള പ്രവർത്തനങ്ങളുടെ ഭാഗമായിരുന്നു.

കമ്യൂണിസ്റ്റുകാർ മാത്രമായിരുന്നു പ്രതികൾ എന്ന് പറയാൻ കഴിയില്ല. എ ഐ സി സി അംഗങ്ങളായിരുന്ന ആളുകളും പ്രതികളായിരുന്നു. 18 പേർ കമ്യൂണിസ്റ്റ് പാർട്ടിയുടെ അംഗങ്ങൾ തന്നെയായിരുന്നു.

മീററ്റ് ഗൂഢാലോചനക്കേസിൽ ജയിലിലടയ്ക്കപ്പെട്ട 25 പേരുടെ ചിത്രം.
മീററ്റ് ജയിലിനു പുറത്തുവച്ചെടുത്തത്. പിൻനിരയിൽ ഇടത്തുനിന്ന് വലത്തോട്ട്
കെ എൻ സെഹ്ഗാൾ, എസ് എസ് ജോഷ്, എച്ച് എൽ ഹച്ചിൻസൺ, ഷൗക്കത്ത്
ഉസ്മാനി, ബി എഫ് ബ്രാഡ്ലി, എ പ്രസാദ്, പി സ്പ്രാറ്റ്, ജി അധികാരി.
നടുനിരയിൽ; ആർ ആർ മിത്ര, ഗോപേൻ ചക്രവർത്തി, കിഷോരി ലാൽ
ഘോഷ്, ഡി ആർ ഠേംഗ്ഡി, ഗൗരാ ശങ്കർ, എസ് ബാനർജി, കെ എൻ ജോഗ്ലേക്കർ,
പി സി ജോഷി, മുസഫ്ഫർ അഹ്മദ്, മുൻനിരയിൽ: എം ജി ദേശായി,
ഡി ഗോസ്വാമി, ആർ എസ് നിംബ്കർ, എസ് ഠെസ് മീരജ്കർ,
എസ് എ ഡാങ്കെ, എസ് വി ഘാട്ടെ, ഗോപാൽ ബസക്

കമ്യൂണിസ്റ്റുകാരെന്ന പേരിൽ തന്നെയാണ് ഇവരെയെല്ലാവരെയും പ്രതിപ്പട്ടികയിൽ ഉൾപ്പെടുത്തിയിരുന്നത്. മുസാഫർ അഹമ്മദ്, എസ് എ ഡാങ്കെ തുടങ്ങിയവർ ഉണ്ട്. കാൺപൂർ കേസിനകത്ത് പ്രതിയാക്കപ്പെട്ട ഷഫീഖ് ഉസ്മാനെ ഈ കേസിലും പ്രതിയാക്കി. അതോടൊപ്പം 22 വയസ്സുകാരനായ ഒരാളെയും പ്രതിപ്പട്ടികയിൽ കാണാൻ കഴിയും. അത് പി സി ജോഷി ആയിരുന്നു. അദ്ദേഹമായിരുന്നു ആ പ്രതിപ്പട്ടികയിൽ ഏറ്റവും ചെറുപ്പക്കാരൻ. അദ്ദേഹം അതിനു മുമ്പുതന്നെ തൊഴിലാളി കർഷക പാർട്ടി (നേരത്തെ പറഞ്ഞല്ലോ കമ്യൂണിസ്റ്റ് പാർട്ടിയുടെ പൊതുവായ പ്രവർത്തനം നിരോധിക്കപ്പെട്ടതിനാൽ പാർട്ടി പൊതുമണ്ഡലത്തിൽ പ്രവർത്തിച്ചിരുന്നത് തൊഴിലാളി കർഷക പാർട്ടി എന്ന പേരിലാണ്.) പ്രവർത്തനങ്ങളിൽ സജീവമായിരുന്നു. അതിന്റെ സെക്രട്ടറിയായി അദ്ദേഹം പ്രവർത്തിച്ചിരുന്നു. 1935 ൽ അദ്ദേഹം കമ്യൂണിസ്റ്റ് പാർട്ടിയുടെ ജന. സെക്രട്ടറിയായി. ആ ഉത്തരവാദിത്വം ഏറ്റെടുക്കുമ്പോൾ 28 വയസ്സ് മാത്രമാണ് പ്രായം.

ഇന്ത്യയിലെ കമ്യൂണിസ്റ്റ് പ്രസ്ഥാനത്തിന്റെ വളർച്ചയുടെ ഒരു ഘട്ടം എന്ന രൂപത്തിൽ പരിഗണിക്കപ്പെടുന്ന ഒന്നാണ് പി സി ജോഷി ജനറൽ സെക്രട്ടറിയായിരുന്ന കാലം. പി സി ജോഷിയേയും അദ്ദേഹത്തിന്റെ ജീവിതത്തെയും പിന്നീട് പ്രതിപാദിക്കാം. അദ്ദേഹം പിന്നീട് സി പി ഐയുടെ ഭാഗമായി പ്രവർത്തിച്ചിരുന്നു. പിന്നീട് ഗവേഷണ മേഖലയിലേക്കാണ് ശ്രദ്ധ കേന്ദ്രീകരിച്ചിരുന്നത്. ഇന്ത്യയിലെ കമ്യൂണിസ്റ്റ് പ്രസ്ഥാനത്തിന്റെ വളർച്ചയിൽ അദ്ദേഹം നല്കിയിട്ടുള്ള സംഭാവനകൾ വളരെ നിസ്തുലമാണ്.

മീററ്റ് കേസിൽ പ്രതികളാക്കപ്പെട്ട ആളുകൾ ജയിലിനകത്ത് നിരാഹാരമനുഷ്ഠിച്ചു. ഒരു രാഷ്ട്രീയ സമരം കൂടിയായിരുന്നു അവരുടെ ജയിൽ വാസവും വിചാരണയും. ആ സമരം നടക്കുന്ന ഘട്ടത്തിൽ 1929 സെപ്തംബർ 28 നു ബ്രിട്ടീഷ് ആഭ്യന്തര വകുപ്പിന്റെ കീഴിലുള്ള ഇന്റലിജൻസ് ബ്യൂറോ അയച്ച രഹസ്യ റിപ്പോർട്ട് നാഷണൽ ആർകൈവ്സിൽ ലഭ്യമാണ്.

ആ റിപ്പോർട്ടിൽ പറയുന്ന ഒരു സംഭവം ശ്രദ്ധേയമാണ്. പ്രതികൾ ജയിലിനകത്ത് നിരാഹാര സമരം ആരംഭിച്ചു. അവരോട് അനുഭാവം പ്രകടിപ്പിച്ചുകൊണ്ട് 250 ആളുകൾ ജയിലിന് പുറത്ത് തടിച്ചുകൂടി. വളരെ ക്ഷുഭിതരായിരുന്ന അവർ മുദ്രാവാക്യം വിളിക്കുന്നുണ്ട്.

പൊലീസ് അവരെ പറഞ്ഞുവിടാൻ ശ്രമിച്ചു. എന്നാൽ ഒരു ചെറുപ്പക്കാരൻ മാത്രം അറസ്റ്റിനൊന്നും വഴങ്ങിയില്ല. വലിയ സമ്മർദ്ദം ചെലുത്തി ബലം പ്രയോഗിച്ച് പൊലീസ് അയാളെ അറസ്റ്റ് ചെയ്തു. പേര് പറയാൻ അയാൾ തയ്യാറായില്ല. അഡ്രസും പറയുന്നില്ല. ശക്തമായ പ്രതിഷേധം പ്രകടിപ്പിച്ചുകൊണ്ടേയിരുന്നു. പരിശോധിച്ച് വന്നപ്പോൾ പോക്കറ്റിൽ കോടതിയിൽ ഹാജരാകാനുള്ള ഒരു പാസ് ഉണ്ടായിരുന്നു. പാസിൽ അദ്ദേഹത്തിന്റെ പേര് എഴുതിയിരുന്നു. ആ പേര് ബി ടി രണദിവെ എന്നായിരുന്നു.

അന്ന് രണദിവെയ്ക്ക് 24 വയസ്സാണ് പ്രായം. അദ്ദേഹം പിന്നീട് പാർട്ടിയുടെ ജന. സെക്രട്ടറിയായി ഇന്ത്യയിലെ തൊഴിലാളിവർഗ്ഗ പ്രസ്ഥാനത്തിന്റെ നേതൃനിരയിൽ പ്രവർത്തിച്ചു. അദ്ദേഹത്തിന്റെ സംഭാവനകൾ വളരെ നിസ്തുലമാണ്. സി ഐ ടി യുവിന്റെ പ്രസിഡന്റായി പ്രവർത്തിച്ചിരുന്നു. പാർട്ടിയുടെ പൊളിറ്റ് ബ്യൂറോ അംഗമായി. 1948 ൽ അദ്ദേഹം ജനറൽ സെക്രട്ടറിയായ ഘട്ടത്തിലെ രണദിവെ തിസീസ് ഏറെ ചർച്ച ചെയ്യപ്പെട്ടിട്ടുള്ള ഒന്നാണ്. 1929 ൽ ബോംബെയിലെ തൊഴിലാളി യൂണിയന്റെ പ്രസിഡന്റാണ്. അവിടെ നിന്നാണ് മീററ്റിലേക്ക് വന്ന് ഈ ജയിലിന് പുറത്തു നടക്കുന്ന പ്രക്ഷോഭത്തിന്റെ ഭാഗമായത്. ബ്രിട്ടന്റെ ഇന്റലിജൻസ് ബ്യൂറോ പോലും അന്നേ നോട്ടമിട്ടിരുന്ന സമരപോരാളിയായിരുന്നു ബി ടി ആർ എന്ന് ഈ രേഖ വ്യക്തമാക്കുന്നു.

ഗൂഢാലോചനക്കേസുകൾ പെഷാവാറിൽ നിന്ന് കാൺപൂരിലേക്ക് വന്നപ്പോഴേക്ക് ഡിഫൻസ് കമ്മിറ്റി രൂപീകരിച്ചത്. നിയമപരമായ പിന്തുണ കുറേക്കൂടി ലഭിച്ചിരുന്നു. മീററ്റായപ്പോഴേക്കും ചിത്രം മാറി. മീററ്റ് പ്രതികളെ വിട്ടയയ്ക്കണം എന്ന് ആവശ്യപ്പെട്ടുകൊണ്ട് ശബ്ദിച്ചവരിൽ വിഖ്യാത ശാസ്ത്രജ്ഞൻ ആൽബർട്ട് ഐൻസ്റ്റീൻ വരെ ഉണ്ടായിരുന്നു. ലോകത്ത് പലയിടങ്ങളിലും നടക്കുന്ന കുറ്റവിചാരണ പോലെ ഏകാധിപത്യ വാഴ്ചയുടെയും കൊളോണിയൽ ആധിപത്യത്തിന്റെ ഭീകരതയുടെയും ഒരു രൂപമാണ് മീററ്റ് കേസ് എന്ന രൂപത്തിൽ ലോകത്തെമ്പാടുമുള്ള പ്രശസ്തരായ പലരും നിലപാട് സ്വീകരിച്ചു. മഹാത്മാ ഗാന്ധിയും ജവഹർലാൽ നെഹ്റുവും ജയിലിൽ പോയി പ്രതികളെ കണ്ടിരുന്നു. മറ്റ് കോൺഗ്രസ് നേതാക്കന്മാരും പ്രതികളായി ജയിലിലടയ്ക്കപ്പെട്ട മീററ്റിലെ ധീര വിപ്ലവകാരികളെ സന്ദർശിച്ചിരുന്നു.

കേസിന്റെ വാദവും ഏറെ വാർത്താപ്രാധാന്യം നേടി. കോടതിക്കകത്ത് പ്രതികൾ നടത്തിയ ദീർഘമായ പ്രസ്താവനയുണ്ട്. ബ്രിട്ടീഷ് സാമ്രാജ്യത്വത്തിന്റെ പാപ്പരത്തം തുറന്നു കാട്ടുന്നതായിരുന്നു ആ പ്രസ്താവന. ദേശീയ വിമോചന പ്രസ്ഥാനം എങ്ങനെയായിരിക്കണം, കർഷകർക്കും സാധാരണ ജനവിഭാഗങ്ങൾക്കും എങ്ങനെയൊക്കെയാണ് സ്വാതന്ത്ര്യം ലഭിക്കേണ്ടത് എന്നെല്ലാം അതിൽ പറഞ്ഞിരുന്നു.. യഥാർത്ഥത്തിൽ ഒരു രാഷ്ട്രീയ പ്രസ്താവനയാണ് മീററ്റ് കേസിലെ പ്രതികൾ കോടതിയിൽ നടത്തിയത്. വിചാരണ വേലയെ രാഷ്ട്രീയ പ്രചാരവേലയുടെ അവസരമാക്കി മാറ്റുക എന്ന തീരുമാനത്തിന്റെ ഒരു പ്രയോഗമായിരുന്നു അത്.

ഫിദൽ കാസ്ട്രോയുടെ 'ചരിത്രം എന്നെ കുറ്റക്കാരനല്ലെന്ന് വിധിക്കും' എന്ന പ്രസംഗം ഇത്തരത്തിൽ അദ്ദേഹം കോടതി മുറിക്കകത്ത് നടത്തിയ പ്രസ്താവനയാണ്. പ്രതിയാക്കപ്പെട്ട സന്ദർഭത്തിൽ അദ്ദേഹം നടത്തിയ ദീർഘമായ പ്രസ്താവനയാണത്. ലോകത്തിൽ കോടതി മുറിയെ ഏറ്റവും ശക്തമായ സമരായുധവും രാഷ്ട്രീയ പ്രചാരവേലയുടെ ഉപകരണവുമാക്കി മാറ്റിയ പ്രസിദ്ധമായ പ്രസംഗങ്ങളിൽ

ഒന്നാണത്. ഫിദലിന്റേതുപോലെ തന്നെയാണ് മീററ്റ് കേസിലെ പ്രതികൾ എന്തുകൊണ്ട് തങ്ങൾ ഇവിടെ നില്ക്കുന്നു എന്ന് വിശദീകരിക്കുന്ന പ്രസ്താവന കോടതിയിൽ നടത്തിയത്. അവർക്കുവേണ്ടി വാദിക്കാൻ വന്നവരും നിസ്സാരക്കാർ ആയിരുന്നില്ല എന്നു കാണാം. വളരെ പ്രശസ്തരായ അഭിഭാഷകർ തന്നെ അവർക്കുവേണ്ടി വാദിക്കാൻ വന്നു.

കെ എഫ് നരിമാൻ ആയിരുന്നു ഒരാൾ. അദ്ദേഹം വളരെ പ്രശസ്തനായ അഭിഭാഷകനായിരുന്നു. കോൺഗ്രസിന്റെ നേതാവായിരുന്നു. മുംബൈയിൽ പോയാൽ നരിമാൻ പോയിന്റ് സന്ദർശിക്കാതെ മുംബൈയുടെ സന്ദർശനം പൂർണ്ണമാവുകയില്ലല്ലോ. ഇദ്ദേഹത്തിന്റെ പേരിലാണ് ആ സ്ഥലം. അദ്ദേഹം കോർപ്പറേഷൻ കൗൺസിലറായിരുന്നു. പിന്നീട് കോൺഗ്രസിന്റെ മുഖ്യമന്ത്രിസ്ഥാനത്തേക്കും പരിഗണിക്കപ്പെട്ടിരുന്നു. പിന്നീട് കോൺഗ്രസിനകത്ത് തർക്കങ്ങൾ രൂപപ്പെട്ടതോടെ പാർട്ടിയിൽ നിന്ന് വിട്ടുനില്ക്കുകയാണ് ചെയ്തത്. അദ്ദേഹം ഈ കേസ് വാദിക്കാൻ വന്ന പ്രധാനപ്പെട്ട ആളാണ്. അതുപോലെ തന്നെയാണ് എം സി ചാഗ്ള, അദ്ദേഹം വളരെ പ്രശസ്തനായ അഭിഭാഷകനായിരുന്നു. പിന്നീട് ഹൈക്കോടതി ചീഫ് ജസ്റ്റിസായി. യു എസ് അംബാസിഡറും യു കെ ഹൈകമ്മീഷണറുമായിരുന്നു. 63–66 കാലഘട്ടത്തിൽ ഇന്ത്യയുടെ വിദ്യാഭ്യാസ മന്ത്രിയായിരുന്നു. 66–67 ൽ വിദേശ മന്ത്രിയായും പ്രവർത്തിച്ചിരുന്നു. ഇങ്ങനെ നിരവധി പ്രധാനപ്പെട്ട വ്യക്തിത്വങ്ങൾ ഈ കേസുമായി ബന്ധപ്പെട്ട് ഇവരെ മോചിപ്പിക്കുന്നതിനുള്ള പ്രവർത്തനങ്ങളിൽ ഏർപ്പെട്ടിരുന്നു.

വിചാരണയ്ക്ക് ശേഷം പ്രതികളെ ശിക്ഷിച്ചു. മുസാഫർ അഹമ്മദിനെ ആജീവനാന്തം നാട് കടത്തുകയാണ് ചെയ്തത്. എസ് എ ഡാങ്കെയെയും ജി അധികാരിയെയും പന്ത്രണ്ട് വർഷമാണ് നാടുകടത്തിയത്. 22 കാരനായ പി സി ജോഷിയെ കാത്തിരുന്നത് അഞ്ചുവർഷത്തെ നാടുകടത്തലായിരുന്നു.

വിധിക്കെതിരെ ഹൈക്കോടതിയിൽ അപ്പീൽ പോയി. വളരെ പ്രസിദ്ധനായ കൈലാസ് നാഥ് കഡ്ജുവാണ് ഹൈക്കോടതിയിൽ പ്രധാനമായും വാദിച്ചത്. കഡ്ജു പിന്നീട് 1951–55 വരെ ഇന്ത്യയുടെ ആഭ്യന്തര മന്ത്രിയും 1955–57 കാലയളവിൽ പ്രതിരോധ മന്ത്രിയുമായിരുന്നു. അതിന് ശേഷം മദ്ധ്യപ്രദേശിന്റെ മുഖ്യമന്ത്രിയായി. കോൺഗ്രസിന്റെ നേതൃനിരയിൽ പ്രവർത്തിച്ച അദ്ദേഹം ബംഗാളിന്റെയും ഒഡീസയുടെയും ഗവർണറുമായി. രാഷ്ട്രീയ മണ്ഡലങ്ങളിൽ ഏറെ ഔന്നത്യം കൈവരിച്ച അദ്ദേഹമാണ് ഹൈക്കോടതിയിൽ പ്രതികൾക്കുവേണ്ടി ഹാജരായത്. കോടതി ശിക്ഷ ഇളവ് ചെയ്തു. മുസാഫർ അഹമ്മദിന് മൂന്ന് വർഷം കഠിനതടവായി കുറച്ചു. 9 പേരെ വെറുതെ വിട്ടു. വളരെ ശക്തമായ സമ്മർദ്ദം സാർവ്വദേശീയമായി ഉയർന്നുവന്നതുകൊണ്ട് പ്രതികളുടെയെല്ലാം ശിക്ഷ കുറയ്ക്കുന്നതിന് കോടതി നിർബ്ബന്ധിതമായി.

ഇന്ത്യയുടെ കമ്യൂണിസ്റ്റ് പ്രസ്ഥാനത്തിന്റെ വളർച്ചയുടെ ഏറ്റവും

പ്രധാനപ്പെട്ട സന്ദർഭമാണ് ഈ ഘട്ടം. ഈ ഘട്ടത്തിലും പാർട്ടിക്ക് ഒരു പരിപാടി ഉണ്ടായിരുന്നില്ല. 1930 ലാണ് ഒരു കർമ്മപരിപാടി കമ്യൂണിസ്റ്റ് പാർട്ടി രൂപീകരിക്കുന്നത്. ആ കർമ്മപരിപാടിയുടെ സവിശേഷത എന്തൊക്കെയാണ്, ആ കരട് പരിപാടി പിന്നീട് എന്തെല്ലാം മാറ്റങ്ങൾക്ക് വിധേയമായി, പ്രവർത്തന പരിപാടിയിലേക്ക് എപ്പോഴാണ് വരുന്നത് തുടങ്ങിയ കാര്യങ്ങൾ പിന്നീട് വിശദമായി ചർച്ച ചെയ്യാം.

ഇന്ത്യയുടെ സ്വാതന്ത്ര്യ സമര ചരിത്രത്തിൽ ഏറ്റവും ത്യാഗനിർഭരമായ മൂന്ന് ഏടുകളാണ് ഇതുവരെ ചർച്ച ചെയ്ത പെഷാവാറിന്റെയും കാൺപൂരിന്റെയും മീററ്റിന്റെയും ഗൂഢാലോചനക്കേസുകൾ. അതോടൊപ്പം തന്നെ ഇന്ത്യയുടെ തൊഴിലാളിവർഗ്ഗ രാഷ്ട്രീയത്തിന്റെയും കമ്യൂണിസ്റ്റ് പ്രസ്ഥാനത്തിന്റെയും വളർച്ചയിലും ഈ കേസുകളും അതിന്റെ ഭാഗമായി സഖാക്കൾ അനുഭവിക്കേണ്ടിവന്ന സഹനവും ത്യാഗവും വളരെ പ്രധാനപ്പെട്ട പങ്കുവഹിച്ചു എന്നും കാണാം.

ആദ്യ കർമ്മപരിപാടി പരിധിയും പരിമിതിയും

ഇന്ത്യയിലെ കമ്യൂണിസ്റ്റ് പ്രസ്ഥാനം ഒരു കർമ്മപരിപാടി ആവിഷ്കരിക്കുന്നത് 1930 ൽ മീററ്റ് ഗൂഢാലോചനക്കേസ് നടക്കുന്ന സന്ദർഭത്തിലാണ്. കേസിൽ പ്രതികളാക്കപ്പെട്ട് പ്രധാനപ്പെട്ട കമ്യൂണിസ്റ്റ് നേതാക്കന്മാരെല്ലാം അന്ന് ജയിലിലായിരുന്നു. ഇന്ത്യയുടെ സ്വാതന്ത്ര്യ സമരവുമായി ചേർന്ന് അത്തരമൊരു കർമ്മപരിപാടി രാജ്യത്തിന്റെ ചരിത്രത്തിൽ ആദ്യത്തേതാണ്. സ്വാതന്ത്ര്യം എങ്ങനെയായിരിക്കണം, ബ്രിട്ടീഷ് സാമ്രാജ്യത്വത്തിനെതിരെ നിലപാട് സ്വീകരിക്കേണ്ടത് എങ്ങനെ എന്നതിനപ്പുറത്തേക്കുള്ള വിശാലമായ ഒരു കാഴ്ചപ്പാടോടുകൂടി ഒരു കർമ്മപരിപാടി ആദ്യത്തേതാണ് എന്ന് പ്രത്യേകം പറയേണ്ടതുണ്ട്.

സ്വാതന്ത്ര്യത്തിനു ശേഷമുള്ള ഇന്ത്യ എങ്ങനെയായിരിക്കണം എന്ന കാഴ്ചപ്പാടാണ് അവതരിപ്പിക്കാൻ ശ്രമിച്ചത്. അതിന് ചില ദൗർബല്യങ്ങളുണ്ട്. ചില കുറവുകളുമുണ്ടായിരുന്നു. ആ കുറവുകളെക്കുറിച്ച് പിന്നീട് പ്രതിപാദിക്കാം. ഇന്ത്യയിൽ അടിമത്തം അവസാനിപ്പിക്കാനും കടുത്ത ദാരിദ്ര്യത്തിൽ നിന്ന് തൊഴിലാളി വർഗ്ഗത്തെയും കൃഷിക്കാരെയും മോചിപ്പിക്കാനും രാജ്യത്തിന്റെ സ്വാതന്ത്ര്യം നേടിയെടുക്കുകയും കാർഷിക വിപ്ലവത്തിന്റെ കൊടിക്കൂറ ഉയർത്തിപ്പിടിക്കുകയും ചെയ്യേണ്ടത് അങ്ങേയറ്റം അനിവാര്യമാണ് എന്നതാണ് അന്നത്തെ കർമ്മപരിപാടിയുടെ പ്രധാന ഭാഗം. കാർഷിക വിപ്ലവം മദ്ധ്യകാലം മുതൽ നിലനിന്നിരുന്ന ഭൂപ്രഭുത്വ വ്യവസ്ഥ തകർക്കുകയും മദ്ധ്യകാലത്തെ ചപ്പുചവറു

കളിൽ നിന്ന് ഭൂമിയെ ശുദ്ധീകരിക്കയും ചെയ്യും. ബ്രിട്ടീഷ് മുതലാളിത്തത്തിനും ഭൂപ്രഭുത്വത്തിനും എതിരായ കാർഷിക വിപ്ലവമായിരിക്കണം ഇന്ത്യയുടെ വിപ്ലവകരമായ മോചനത്തിന്റെ അടിസ്ഥാനമെന്ന് രേഖ ചൂണ്ടിക്കാട്ടി.

ഇത് കോൺഗ്രസ് സ്വീകരിച്ച സമീപനത്തിൽ നിന്ന് തീർത്തും വ്യത്യസ്തമാണ്. ബ്രിട്ടീഷ് സാമ്രാജ്യത്തിനെതിരെയുള്ള പോരാട്ടം സംഘടിപ്പിക്കുമ്പോൾ പിന്നീടുള്ള സ്വതന്ത്ര ഇന്ത്യ കാർഷിക വിപ്ലവത്തിലൂടെ മുന്നോട്ട് പോകുന്നതായിരിക്കണം എന്ന ധാരണ ഈ പരിപാടിയിൽ ഉൾപ്പെട്ടു. എട്ട് മണിക്കൂർ ജോലി എന്ന നിർദ്ദേശവും കമ്യൂണിസ്റ്റ് പാർട്ടി ആദ്യത്തെ കർമ്മപരിപാടിയിൽ തന്നെ മുന്നോട്ട് വയ്ക്കുകയുണ്ടായി. പിന്നീട് 1967 കളിൽ ഇന്ത്യയിലെ രാഷ്ട്രീയ മാറ്റത്തിന്റെ തുടർച്ചയിൽ, കോൺഗ്രസിന് ഇടതുപക്ഷ പിന്തുണ സ്വീകരിക്കേണ്ടിവന്ന ഘട്ടത്തിൽ നടപ്പിലാക്കാൻ നിർബ്ബന്ധിതമായ ബാങ്ക് ദേശസാൽക്കരണം ഉൾപ്പെടെയുള്ള കാര്യങ്ങൾ ഈ കർമ്മപരിപാടി മുന്നോട്ട് വച്ചിരുന്നു. ഫാക്ടറികൾ, റെയിൽവേ, ജലഗതാഗതം ഇതെല്ലാം ദേശസാൽക്കരിക്കപ്പെട്ടതായിരിക്കണം എന്ന കാഴ്ചപ്പാടും കമ്യൂണിസ്റ്റ് പാർട്ടിയുടേതായിരുന്നു.

അതോടൊപ്പം തന്നെ വളരെ ശ്രദ്ധേയമായി കാണേണ്ട ഒരു കാര്യം 1930 ലെ ഈ കർമ്മപരിപാടിയിൽ തന്നെ തൊട്ടുകൂടായ്മയ്ക്കും ജാതി വ്യവസ്ഥയ്ക്കും ജാതി മേധാവിത്വത്തിനും എതിരെയുള്ള കാഴ്ചപ്പാട് പാർട്ടി മുന്നോട്ടുവച്ചു എന്നതാണ്. അത് കോൺഗ്രസിന്റെയും നിലപാട് ആയിരുന്നില്ലേ എന്ന സംശയം സ്വാഭാവികമായും വരാം. അതുപോലെ സാമൂഹ്യ പരിഷ്കരണ പ്രസ്ഥാനങ്ങൾ ഇത്തരം തൊട്ടുകൂടായ്മകൾക്കെതിരെയുള്ള പോരാട്ടത്തിന്റെ ഭാഗമായി രൂപംകൊണ്ടിരുന്നില്ലേ? അവ ഇന്ത്യയിൽ പല ഭാഗങ്ങളിലും പ്രധാനപ്പെട്ട പങ്ക് വഹിച്ചിരുന്നില്ലേ? അപ്പോൾ അത് പ്രത്യേകം എടുത്തുപറയേണ്ട ഒന്നാണോ എന്നും ചോദ്യങ്ങൾ ഉയരാം. എന്നാൽ ജാതിവിവേചനം എന്നത് ഒരു സാമൂഹ്യപരിഷ്കരണ പ്രശ്നം എന്ന കേവലമായ വിശകലനത്തിനകത്ത് ഒതുക്കിനിർത്തിയിരുന്നില്ല പാർട്ടി രേഖ. ഭൂപ്രഭുത്വവുമായും ഫ്യൂഡലിസവുമായും അതിനുള്ള ബന്ധത്തെക്കൂടി കാണുകയും ഇതൊരു വർഗ്ഗപ്രശ്നം കൂടിയാണ് എന്ന് നിരീക്ഷിക്കുകയും ചെയ്തു. ജാതി വ്യവസ്ഥയും തൊട്ടുകൂടായ്മയും അവസാനിപ്പിക്കണമെങ്കിൽ രാജ്യത്തെ നാടുവാഴിത്ത വ്യവസ്ഥ തകർക്കണമെന്ന് കർമ്മപരിപാടി അഭിപ്രായപ്പെട്ടു. അതാണ് മറ്റുള്ളവരുടെ കാഴ്ചപ്പാടുമായി ഉണ്ടായിരുന്ന വ്യത്യസ്തത. വർഗ്ഗപരമായിക്കൂടി ഈ പ്രശ്നത്തെ സമീപിക്കാൻ ആദ്യത്തെ കർമ്മ പരിപാടി ശ്രമിച്ചു എന്നുള്ളതാണ് ഏറ്റവും പ്രധാനപ്പെട്ടത്.

1925 ൽ കാൺപൂരിൽ ചേർന്ന കമ്യൂണിസ്റ്റ് സമ്മേളനത്തിന്റെ അദ്ധ്യക്ഷ പ്രസംഗത്തിൽ തമിഴ്നാട്ടിൽ നിന്നുള്ള ട്രേഡ് യൂണിയൻ നേതാവ് കൂടിയായ കമ്യൂണിസ്റ്റ് ശിങ്കാരവേലു ചെട്ടിയാർ ഈ പ്രശ്

നത്തെ അഭിസംബോധന ചെയ്യുന്നുണ്ട്. തൊട്ടുകൂടായ്മയ്ക്കും ജാതി മേധാവിത്വത്തിനും എതിരെയുള്ള പോരാട്ടം കമ്യൂണിസ്റ്റ് പാർട്ടി ഏറ്റെടുക്കേണ്ട പ്രവർത്തനമാണ് എന്ന് അദ്ധ്യക്ഷ പ്രസംഗത്തിൽ ശിങ്കാരവേലു ചെട്ടിയാർ സൂചിപ്പിച്ചു. അതിന്റെ തുടർച്ച ഈ കർമ്മപരിപാടിക്കകത്ത് കാണാൻ കഴിയും.

ഇന്റർനാഷണലിന്റെ മുഖപത്രമായ *ഇംപ്രകോ* ഈ കർമ്മപരിപാടി പൂർണ്ണമായും പ്രസിദ്ധീകരിക്കുകയുണ്ടായി. ജാതിതന്നെ പ്രാഥമികമായി വർഗ്ഗത്തിന്റേതാണ്, ചൂഷണത്തിന്റേതാണ് എന്ന ഒരു തിരിച്ചറിവിലേക്ക് വികസിക്കുന്ന സൂചനകൾ ഈ കർമ്മപരിപാടിയിൽ ഉണ്ടായിരുന്നു. ആ പരിപാടിക്ക് പ്രായോഗിക തലത്തിൽ ചില പോരായ്മകൾ ഉണ്ടായെന്നത് വസ്തുതയാണ്. അത് മുന്നോട്ട് കൊണ്ടുപോകാൻ പിന്നീട് കുറേക്കാലം കൂടി കഴിയേണ്ടിയും വന്നു. സാമ്രാജ്യത്വത്തിനെതിരെ പെട്ടെന്നുതന്നെ സോവിയറ്റ് യൂണിയനിലെപ്പോലെ വിപ്ലവ പ്രവർത്തനം പൂർത്തീകരിച്ചുകൊണ്ട് തൊഴിലാളികളുടെ നേതൃത്വത്തിലേക്ക് പോകാം എന്ന തെറ്റായ വിലയിരുത്തൽ ഈ കർമ്മപരിപാടിയുടെ പ്രധാനപ്പെട്ട ദൗർബല്യമായി. ഇന്ത്യയിലെ കമ്യൂണിസ്റ്റ് പ്രസ്ഥാന ചരിത്രത്തിന്റെ രൂപരേഖയെക്കുറിച്ച് എഴുതിയിട്ടുള്ളതിൽ ഹർകിഷൻ സിങ് സുർജീത് ഇതിന്റെ പരിമിതികൾ മുന്നോട്ട് വയ്ക്കുന്നുണ്ട്. ഒരു ഇടതുപക്ഷ സെക്ടേറിയൻ സമീപനം ഈ രേഖ സ്വീകരിച്ചു എന്നുള്ളതാണ് അതിൽ പ്രധാനം.

സുർജീത്തിനെക്കുറിച്ച് പറയുമ്പോൾ ചിലത് കൂട്ടിച്ചേർക്കാനുണ്ട്. 1930 ലാണ് ഈ രേഖ വരുന്നത്. 1915 ലാണ് സഖാവ് ജനിക്കുന്നത്. പഞ്ചാബിന്റെ സ്വാതന്ത്ര്യസമര ചരിത്രത്തിൽ 16 വയസ്സുള്ള ആ കുട്ടിയുടെ സാഹസികത രേഖപ്പെടുത്തപ്പെട്ടിട്ടുണ്ട്. 1931 ൽ ഒരു ദിവസം ഘോഷിയാപൂർ ഡെപ്യൂട്ടി പൊലീസ് കമ്മീഷണർ ഓഫീസിനു മുകളിലേക്ക് വളരെ കഷ്ടപ്പെട്ട് ഒരു ബാലൻ വലിഞ്ഞുകയറുകയാണ്. പൊലീസുകാർക്ക് കാര്യം പിടികിട്ടിയില്ല. പെട്ടെന്നായതിനാൽ അവർ നോക്കി നില്ക്കുകയാണ്. മുകളിലെത്തിയ കുട്ടി അവിടെ കെട്ടിയിരുന്ന ബ്രിട്ടന്റെ യൂണിയൻ ജാക്ക് നേരെ വലിച്ച് താഴെയിട്ടു. എന്നിട്ട് കൈയിൽ കരുതിയിരുന്ന സ്വാതന്ത്ര്യത്തിന്റെ ത്രിവർണ്ണ പതാക അവിടെ കെട്ടി. പൊലീസുകാരെ അത് വല്ലാതെ ക്ഷോഭിപ്പിച്ചു. അവർ ആ കുട്ടിക്ക് നേരെ വെടിയുതിർത്തു. മുടിനാരിഴയ്ക്കാണ് കുട്ടി രക്ഷപ്പെട്ടത്.

അറസ്റ്റിലായ കുട്ടിയെ പൊലീസ് നേരേ കോടതിയിലേക്ക് കൊണ്ടുപോയി. പ്രായപൂർത്തിയായിട്ടില്ല; അതുകൊണ്ട് കുറ്റത്തിന് അർഹമായ ശിക്ഷ നല്കുന്നില്ല. ഒരു വർഷത്തെ ശിക്ഷ നല്കുന്നു എന്നാണ് കോടതി വിധിച്ചത്. ഒരു വർഷമേയുള്ളോ എന്ന ചോദ്യവുമായാണ് സുർജീത് കോടതിയെ നേരിട്ടത്. അതേ ധീരതയും രാജ്യസ്നേഹവും ജീവിതത്തിലുടനീളം ഉയർത്തിപ്പിടിച്ച ഉജ്ജ്വല വിപ്ലവകാരിയായിരുന്നു സുർജീത്. 1940–41 കാലത്ത് ബ്രിട്ടീഷുകാർ കമ്യൂണിസ്റ്റ് വേട്ട നടത്തിയപ്പോൾ

സുർജീത്തിനെ അറസ്റ്റുചെയ്ത് ആഴമുള്ള ഇടുങ്ങിയ ഒരു നിലവറയിൽ അടച്ചു. ഇനി ഇദ്ദേഹം ഒരു നിമിഷമെങ്കിലും ഈ അറയ്ക്കകത്ത് നില്ക്കുകയാണെങ്കിൽ കാഴ്ച എന്നെന്നേക്കുമായി നഷ്ടപ്പെടും എന്ന നില വന്നപ്പോഴാണ് മോചിപ്പിക്കുന്നത്. പത്തുവർഷം ജയിലറകൾക്കുള്ളിലായിരുന്ന സഖാവ് എട്ടുവർഷം ഒളിവുജീവിതവും നയിച്ചു. സ്വാതന്ത്ര്യസമര പ്രസ്ഥാനത്തിന്റെ ദീർഘമായ അനുഭവമുള്ള സുർജീത് പിന്നീട് തൊഴിലാളിവർഗ്ഗ പ്രസ്ഥാനവുമായി ചേർന്നുനിന്ന് പ്രവർത്തിച്ചു. പ്രസ്ഥാനത്തിന്റെ നേതൃപദവിയിൽ ദീർഘകാലം തുടർന്നു.

പ്രസ്ഥാനത്തിന്റെ ചരിത്രത്തെപ്പറ്റി പറയുമ്പോൾ 1930 ൽ അവതരിപ്പിക്കപ്പെട്ട കർമ്മപരിപാടിയുടെ ദൗർബല്യങ്ങൾ സുർജീത് എടുത്തുപറയുന്നുണ്ട്. ഇന്റർനാഷണൽ ആറാം കോൺഗ്രസ് അംഗീകരിച്ച കാഴ്ചപ്പാടിന്റെ ഭാഗമായിട്ടാണ് ആ ദൗർബല്യങ്ങളുണ്ടായത്. അതുവരെ ദേശീയ വിമോചന പ്രസ്ഥാനങ്ങൾക്കകത്ത് നിന്നുകൊണ്ട് പൊരുതുക, പ്രവർത്തിക്കുക എന്നതായിരുന്നു കമ്യൂണിസ്റ്റുകാർ പൊതുവെ സ്വീകരിച്ചിരുന്ന സമീപനം. ലെനിനും എം എൻ റോയിയും തമ്മിൽ കൊളോണീയൽ തീസിസിന്റെ കാര്യത്തിൽ ഉണ്ടായ ഏറ്റുമുട്ടലുകളും ഇന്റർനാഷണലിന്റെ രണ്ടാമത്തെ കോൺഗ്രസിൽ എത്തിച്ചേർന്ന നിഗമനങ്ങളുമെല്ലാം നേരത്തെ സൂചിപ്പിക്കുകയുണ്ടായി. എന്നാൽ ആറാം കോൺഗ്രസ് എത്തിയപ്പോൾ അതിനൊരു മാറ്റംവന്നു. കുമിന്താങ്ങിനുണ്ടായ തിരിച്ചടി, പ്രതിവിപ്ലവത്തിന്റേതായ അനുഭവങ്ങൾ, ചൈനയുടെ അനുഭവങ്ങൾ അതെല്ലാം ഒരുപക്ഷേ, ഇന്റർനാഷണലിനെ സ്വാധീനിച്ചിട്ടുണ്ടാവാം. അതിന് മുമ്പുള്ള സമീപനത്തിൽനിന്നു വ്യത്യസ്തമായിരുന്നു ആറാം ഇന്റർനാഷണലിന്റെ നിലപാട്.

അതിന് മുമ്പുള്ളത് ദേശീയ വിമോചന പ്രസ്ഥാനത്തിനകത്ത് നിന്നുകൊണ്ടുതന്നെ പ്രവർത്തിക്കുക എന്നതായിരുന്നു. എപ്പോഴൊക്കെയാണോ അവർ സാമ്രാജ്യത്വവുമായി സന്ധിചെയ്യുന്നത് അപ്പോഴെല്ലാം എതിർക്കുക. ഈ രൂപത്തിലാണ് 1920, 21, 22 കാലഘട്ടങ്ങളിലെല്ലാം കോൺഗ്രസിന്റെ സമ്മേളനങ്ങൾക്കകത്ത് കമ്യൂണിസ്റ്റുകാർ പൂർണ്ണസ്വരാജ് മുദ്രാവാക്യം ഉയർത്തിക്കൊണ്ട് നിലപാട് സ്വീകരിച്ചത്. തൊഴിലാളി കർഷക സംഘടനകൾ രൂപീകരിക്കുന്നതും ഈ അടിസ്ഥാനത്തിലാണ്. ഇന്ത്യയിൽ കോൺഗ്രസിനകത്ത് നിന്നുകൊണ്ട് ദേശീയ വിമോചന പ്രസ്ഥാനത്തിന്റെ ഭാഗമായി അതിശക്തമായി പ്രവർത്തിക്കുകയും പോരാടുകയും ചെയ്തതും ഈ കാഴ്ചപ്പാടിന്റെ കൂടെ അടിസ്ഥാനത്തിലാണ്.

ആറാം ഇന്റർനാഷണൽ ആ കാഴ്ചപ്പാടിൽ നിന്ന് മാറി. രാജ്യങ്ങൾക്കകത്ത് ദേശീയ വിമോചന പ്രസ്ഥാനത്തിന് നേതൃത്വം നല്കിക്കൊണ്ടിരിക്കുന്ന ദേശീയ ബൂർഷ്വാസിയുടെ പിന്തിരിപ്പൻ സ്വഭാവം കൂടുതൽ പ്രകടമായിക്കൊണ്ടിരിക്കുന്നു എന്ന് ഇന്റർനാഷണൽ കണ്ടു. സന്ധിചെയ്യലുകൾ പ്രകടമായിക്കൊണ്ടിരിക്കുന്നു. അതുകൊണ്ട് അതിൽ

നിന്ന് വ്യത്യസ്തമായ നിലപാട് സ്വീകരിച്ച് തൊഴിലാളികളെയും കർഷകരെയും സംഘടിപ്പിച്ചുകൊണ്ട് മുന്നോട്ടുപോകാൻ കഴിയേണ്ട തുണ്ട് എന്ന നിലപാടായിരുന്നു ആറാം ഇന്റർനാഷണൽ മുന്നോട്ടുവച്ചത്.

ആ കാഴ്ചപ്പാടിന് അനുസൃതമായി അന്ന് ഇന്ത്യയിൽ സ്വീകരിച്ച സമീപനങ്ങൾ അതേവരെ അതിശക്തമായി മുന്നോട്ട് പോയിരുന്ന പ്രസ്ഥാനത്തിന് ചില തിരിച്ചടികൾക്കും പോരായ്മകൾക്കും ഇടവരുത്തി എന്നത് യാഥാർത്ഥ്യമാണ്. എന്നാൽ ജയിലിനകത്തുണ്ടായിരുന്ന മീററ്റ് കേസിലെ പ്രതികളായ കമ്യൂണിസ്റ്റുകാർ വസ്തുനിഷ്ഠ സാഹചര്യത്തെ കുറേക്കൂടി മനസ്സിലാക്കിക്കൊണ്ട് നിലപാട് സ്വീകരിച്ചു. അവർ ജയിലിൽ നിന്ന് ഒരു പ്രസ്താവന ഇറക്കി. ആ പ്രസ്താവനയിൽ അവർ പറഞ്ഞത് ഇങ്ങനെയാണ്: ഇന്ത്യയെപ്പോലുള്ള കൊളോണിയൽ രാജ്യങ്ങളിൽ തൊഴിലാളിവർഗ്ഗ വിപ്ലവത്തിന് മുമ്പ് നടക്കുന്ന വിപ്ലവം ബൂർഷ്വാ ജനാധിപത്യ വിപ്ലവത്തിന്റെ സ്വഭാവത്തിലായിരിക്കുമെന്ന് ഞങ്ങൾക്ക് ബോദ്ധ്യമുണ്ട്. ആ വിപ്ലവം പൂർത്തിയാകുന്നതോടെ ബ്രിട്ടീഷ് സ്വാമ്രാജ്യത്തിന്റെ നിയന്ത്രണത്തിൽ നിന്ന് ഇന്ത്യയ്ക്ക് പൂർണ്ണ സ്വാതന്ത്ര്യം ലഭിക്കുകയും നാടുവാഴിത്ത പൂർവ്വസാമൂഹ്യ സംഘടനകൾ പൂർണ്ണമായും റദ്ദാക്കപ്പെടുകയും ചെയ്യും. തന്മൂലം ഇവിടെ സ്വതന്ത്ര ജനാധിപത്യ റിപ്പബ്ലിക് സ്ഥാപിതമാകും. നേരെ സോഷ്യലിസത്തിലേക്ക്, സോവിയറ്റ് റിപ്പബ്ലിക്കിലേക്ക് എന്ന നിലപാടിലേക്കല്ല മീററ്റ് കേസിലെ പ്രതികളായിരുന്ന മുസാഫർ അഹമ്മദിനെപ്പോലെയും പി സി ജോഷി യെപ്പോലെയും ഡാങ്കെയെപ്പോലെയും ജി അധികാരിയെയും ഷെഫീഖ് അഹമ്മദിനെയും പോലെയുള്ള വിപ്ലവകാരികൾ നീങ്ങിയത്. ജയിലിന കത്തിരുന്നുകൊണ്ട് അവർ ഈ കർമ്മപരിപാടി കൂടി മനസ്സിലാക്കി ക്കൊണ്ട് സ്വീകരിച്ച നിലപാടുകൾ കുറേക്കൂടി യാഥാർത്ഥ്യബോധം ഉൾ ക്കൊള്ളുന്നതും വസ്തുനിഷ്ഠ യാഥാർത്ഥ്യത്തെ ശരിയായ രൂപത്തിൽ തിരിച്ചറിയാൻ ശ്രമിക്കുന്നതുമായിരുന്നു. പിന്നീട് ആ പരിപാടിക്കകത്ത് വരുത്തിയ മാറ്റങ്ങൾ എന്തൊക്കെയായിരുന്നു. എങ്ങനെയാണ് ഒരു പരി പാടിയുടെ വികാസരൂപങ്ങൾ ഇന്ത്യയിലെ കമ്യൂണിസ്റ്റ് പ്രസ്ഥാനത്തിന്റെ ചരിത്രത്തിലുണ്ടായത് തുടങ്ങിയ കാര്യങ്ങൾ ഇനി പരിശോധിക്കാം.

ഭഗത്സിങ് ആദ്യകാല മാർക്സിസ്റ്റ്

ആയിരത്തി തൊള്ളായിരത്തി മുപ്പതിൽ ഇന്ത്യയിൽ കമ്യൂണിസ്റ്റ് പാർട്ടി ആദ്യത്തെ കർമ്മപരിപാടി രൂപീകരിച്ച ആ സന്ദർഭത്തെക്കുറിച്ചാണ് നേരത്തെ പ്രതിപാദിച്ചിരുന്നത്. 1931 മാർച്ച് മാസം 23–ാം തീയതി ഈ രാജ്യത്തിന്റെ സ്വാതന്ത്ര്യത്തിനുവേണ്ടി പൊരുതിയ ധീരനായ വിപ്ലവകാരി തൂക്കിലേറ്റപ്പെട്ട ദിനമാണ്. ആ വിപ്ലവകാരിയുടെ പേരാണ് ഭഗത്സിങ്.

തൂക്കിക്കൊല്ലാൻ കൊണ്ടുപോകുന്നതിന് വേണ്ടി ജയിലിലെ ഉദ്യോഗസ്ഥന്മാർ അദ്ദേഹത്തിന്റെ സമീപം ചെല്ലുന്ന സന്ദർഭം ചരിത്രത്തിലുണ്ട്. 'ഒരു വിപ്ലവകാരി മറ്റൊരു വിപ്ലവകാരിയുമായി സംസാരിച്ചുകൊണ്ടിരിക്കുകയാണ്. നിങ്ങൾ ഒരു നിമിഷം കാത്തുനില്ക്കൂ' എന്നാണ് വായിച്ചുകൊണ്ടിരുന്ന പുസ്തകം ചൂണ്ടിക്കാട്ടി അദ്ദേഹം പറഞ്ഞ മറുപടി. ആ വായിച്ച പുസ്തകം അവസാനിപ്പിച്ച് ഇനി നമുക്ക് പോകാം എന്ന് പറഞ്ഞ് അദ്ദേഹം നേരെ മരണത്തിലേക്ക് നടന്നുപോകുകയായിരുന്നു.

ക്ലാര സ്വത്കിൻ എഴുതിയ *റെമിനിസൻസ് ഓഫ് ലെനിൻ* (ലെനിനെപ്പറ്റിയുള്ള ഓർമ്മക്കുറിപ്പുകൾ) ആണ് ഭഗത്സിങ് അവസാനമായി വായിച്ചുകൊണ്ടിരുന്നത്. അവസാനത്തെ ആഗ്രഹം ചോദിക്കുമ്പോഴും ഭഗത്സിങ് പറയുന്നത് വായിച്ചുകൊണ്ടിരിക്കുന്ന ലെനിന്റെ ഈ പുസ്തകം പൂർണ്ണമായും വായിക്കാൻ കഴിയണമെന്നുണ്ട് എന്നാണ്.

ഇന്ത്യയിലെ കമ്യൂണിസ്റ്റ് പ്രസ്ഥാനത്തിന്റെ ചരിത്രത്തിലെ തിളക്കമേറിയ പേരുകളിലൊന്നായി തന്നെയാണ് ഭഗത്സിങ്ങിനെയും പരിഗണിക്കേണ്ടത്. മാർക്സിനെയും എംഗൽസിനെയും ലെനിനെയും വായിച്ചിരുന്ന അദ്ദേഹം ട്രോട്സ്കിയും കൗട്സ്കിയും ഉൾപ്പെടെയുള്ളവരെയും

ജയിൽ ജീവിത കാലഘട്ടത്തിൽ വായിച്ചു. ആദ്യകാല മാർക്സിസ്റ്റാണ് ഭഗത്സിങ് എന്ന് ഡോ. കെ എൻ പണിക്കർ പറയുന്നുണ്ട്. ഒരുപക്ഷേ, ചെഗുവേരയെപ്പോലെ തന്നെ. ചെഗുവേര അർജന്റീനയിൽ ജനിച്ച് മെക്സിക്കോയിൽ പോയി ലാറ്റിൻ അമേരിക്കയിലൂടെ ദീർഘമായ യാത്ര ചെയ്ത് ക്യൂബൻ വിപ്ലവത്തിൽ ഫിദലിനൊടൊപ്പം ചേർന്ന ധീരനായ വിപ്ലവകാരിയാണ്. 'നിങ്ങൾ കമ്യൂണിസം മുഴുവനും പഠിച്ചാണോ ഇതിലേക്ക് വരുന്നതെ'ന്നു ഒരു അഭിമുഖത്തിൽ അദ്ദേഹത്തോട് ചോദിക്കുന്നുണ്ട്. ക്യൂബൻ വിപ്ലവത്തിന് നേതൃത്വം നല്കുമ്പോൾ കാസ്ട്രോയും ചെഗുവേരയും കമ്യൂണിസ്റ്റായിരുന്നോ എന്ന ചോദ്യവും ചെനേരിട്ടു. 'എനിക്കും ഫിദലിനും മാർക്സിസം അറിയാമോ എന്ന് അടിസ്ഥാനമാക്കാതെ തന്നെ വിപ്ലവത്തിന്റെ നിയമങ്ങൾ അവിടെ പാലിക്കപ്പെട്ടിരുന്നു' എന്നായിരുന്നു ചെയുടെ മറുപടി. പിന്നീടദ്ദേഹം കമ്യൂണിസ്റ്റ് പാർട്ടിയുടെ ഭാഗമായി. ഫിദലും ചെയും എല്ലാവരും ചേരുന്ന പ്രസ്ഥാനമായി കമ്യൂണിസ്റ്റ് (ജനുവരി 26) പ്രസ്ഥാനം മാറുകയായിരുന്നു.

ഒരു മനുഷ്യന് നല്കാൻ കഴിയുന്ന ഏറ്റവും മഹത്തായ ഒന്നായ സ്വന്തം ജീവൻ തന്നെ ഇന്ത്യയുടെ ദേശീയ സമരത്തിനു നല്കിയ ധീരനായ വിപ്ലവകാരിയാണ് ഭഗത്സിങ്. ഡൽഹിയിൽ നാഷണൽ ആർക്കൈവ്സ് രേഖകളിൽ ഭഗത്സിങ്ങിന്റെ അന്നത്തെ കോടതി വിചാരണയുടെ വിശദാംശങ്ങൾ കാണാനാകും. ഓരോ ദിവസവും കോടതി മുറിക്കകത്ത് എന്തൊക്കെയാണ് സംഭവിച്ചതെന്ന, ഗവർണർ ജനറലിനയച്ച റിപ്പോർട്ടിലൂടെ സഞ്ചരിച്ചാൽ എത്രമാത്രം തീക്ഷ്ണമായി ആ വിപ്ലവകാരി മാർക്സിസത്തെ പഠിക്കാൻ ശ്രമിച്ചു എന്ന് മനസ്സിലാക്കാം.

ഒരു ദിവസം കോടതിയുടെ പ്രതിക്കൂട്ടിലേക്ക് വരുന്ന സന്ദർഭത്തിൽ പ്രതികൾ മുദ്രാവാക്യം വിളിക്കുന്നു. പുറത്ത് തിങ്ങി നില്ക്കുന്ന ആളുകളും ജനക്കൂട്ടവും ആ മുദ്രാവാക്യം ഏറ്റുവിളിക്കുകയാണ്. പ്രതിക്കൂട്ടിനകത്ത് നിന്നുകൊണ്ട് ഭഗത്സിങ്ങും ചന്ദ്രശേഖര ആസാദും സുഖ്ദേവും ഉൾപ്പെടെയുള്ളവർ വിളിച്ച മുദ്രാവാക്യം നമുക്ക് നോക്കാം. 'ലോങ് ലിവ് സോഷ്യലിസ്റ്റ് റവലൂഷൻ (സോഷ്യലിസ്റ്റ് വിപ്ലവം നീണാൾ വാഴട്ടെ)' 'ലോങ് ലിവ് കമ്യൂണിസ്റ്റ് ഇന്റർനാഷണൽ (കമ്യൂണിസ്റ്റ് ഇന്റർനാഷണൽ നീണാൾ വാഴട്ടെ)' എന്നുള്ള മുദ്രാവാക്യങ്ങളാണ് അവർ മുഴക്കിയത്. കമ്യൂണിസ്റ്റ് സാർവ്വദേശീയതയെ പറ്റിയുള്ള വിപ്ലവകരമായ തിരിച്ചറിവ് ഈ മുദ്രാവാക്യത്തിൽ പ്രതിഫലിക്കുകയാണ്. 'ലോങ് ലിവ് പീപ്പിൾ (ജനങ്ങൾ നീണാൾ വാഴട്ടെ)' 'ലെനിൻസ് നെയിം വിൽ നെവർ ഡൈ (ലെനിന്റെ നാമം ഒരിക്കലും മരിക്കുകയില്ല),' ലെനിന്റെ നാമം അനശ്വരമാണ് എന്നും അവർ ഉറക്കെ വിളിക്കുന്നു. 'ഡൗൺ വിത്ത് ഇംപീരിയലിസം (സാമ്രാജ്യത്വം തുലയട്ടെ)' എന്ന മുദ്രാവാക്യവും അവർ ഉയർത്തി.

ജനുവരി 24 ലെ കോടതി രേഖകൾ പ്രകാരം പ്രതികൾ അന്ന് കോടതിയിലെത്തിയത് തലയിൽ ചുവന്ന തൂവാല കെട്ടിയാണ്.

ഭഗത് സിങ്

തുടർന്ന് ഭഗത്സിങ് മജിസ്ട്രേറ്റിനോട് ഒരു ആവശ്യം ഉന്നയിക്കുന്നു. "ഞങ്ങളിതാ ചുവന്ന തൂവാല കെട്ടിയിരിക്കുന്നു. ഇന്ന് ജനുവരി 24 ആണ്. ഈ ദിവസത്തിന് ഒരു പ്രത്യേകതയുണ്ട്. ലെനിൻ മരണപ്പെട്ട ദിനമാണ്. ലെനിന്റെ ദിനമാണിന്ന്. അതുകൊണ്ട് ഞങ്ങൾക്ക് കമ്യൂണിസ്റ്റ് ഇന്റർനാഷണലിന് ഒരു ടെലഗ്രാം അയയ്ക്കണം. അത് ഞങ്ങളുടെ ആഗ്രഹമാണ്; ആവശ്യമാണ്. അതിന് അനുമതി നല്കണം." തുടർന്ന് ആ ടെലഗ്രാം ഭഗത്സിങ് തുറന്ന കോടതിയിൽ വായിക്കുന്നുണ്ട്.

On Lenin Day we send hearty greetings to all who are doing something for carrying forward the ideas of the great Lenin. We wish success to the great experiment Russia is carrying out. We join our voice to that of the international working class movement. The proletariat will win. Capitalism will be defeated. Death to Imperialism. ഇതായിരുന്നു ഉള്ളടക്കം.

(മഹാനായ ലെനിന്റെ ചിന്തകളെ, ആശങ്ങളെ മുന്നോട്ട് നയിക്കുന്ന അതിനുവേണ്ടി പ്രവർത്തിക്കുന്ന മുഴുവൻ ആളുകളെയും ഈ ലെനിൻ ദിനത്തിൽ ഞങ്ങൾ അഭിവാദ്യം ചെയ്യുന്നു. റഷ്യ മുന്നോട്ട് കൊണ്ടുപോകുന്ന ഈ പരീക്ഷണത്തിന് ഞങ്ങൾ എല്ലാ വിജയവും ആശംസിക്കുന്നു. സാർവ്വദേശീയ തൊഴിലാളിവർഗ്ഗ പ്രസ്ഥാനത്തോടൊപ്പം ഞങ്ങളുടെ ഈ ശബ്ദവും ചേർത്തുവെക്കുന്നു. തൊഴിലാളിവർഗ്ഗം വിജയിക്കും. മുതലാളിത്തം പരാജയപ്പെടും. സാമ്രാജ്യത്വം തുലയട്ടെ)

എത്ര കൃത്യമായ ചിന്താഗതികളാണ് ഈ വാചകങ്ങളിൽ ഭഗത്സിങ്ങും അദ്ദേഹത്തോടൊപ്പമുള്ള സഹവിപ്ലവകാരികളും എഴുതിച്ചേർത്തിട്ടുള്ളത്! സാർവ്വദേശീയ കമ്യൂണിസ്റ്റ് പ്രസ്ഥാനത്തിനോട് ഐക്യപ്പെടുന്നു, തൊഴിലാളിവർഗ്ഗം വിജയിക്കട്ടെ എന്ന് പ്രഖ്യാപിക്കുന്നു. അതോടൊപ്പംതന്നെ മുതലാളിത്തം തകരട്ടെ; സാമ്രാജ്യത്വം ഇല്ലാതാകട്ടെ എന്നും സോവിയറ്റ് വിപ്ലവത്തിന്റെ, ഒക്ടോബർ വിപ്ലവത്തിന്റെ നിർമ്മാണ പ്രക്രിയയ്ക്ക് എല്ലാ വിജയവും ഉണ്ടാകട്ടെ എന്നും ആശംസിക്കുന്നു. അവർ എത്ര കൃത്യമായ നിലപാടുള്ളവരായി മാറി എന്നത് വ്യക്തം.

തങ്ങൾ ഭീകരവാദികളാണോ എന്ന ചോദ്യത്തോട് ഭഗത്സിങ് കൃത്യമായിത്തന്നെ പ്രതികരിക്കുന്നുണ്ട്. "ഞാനൊരു ഭീകരവാദിയായി പ്രവർത്തിച്ചിട്ടുണ്ടാകാം. പക്ഷേ, ഞാൻ ഭീകരവാദിയല്ല. ഞാൻ ഒരു വിപ്ലവകാരിയാണ്. നിശ്ചിത ആശയങ്ങളും കൃത്യമായി പരിപാടിയുമുള്ള ഒരു വിപ്ലവകാരിയാണ് ഞാനെന്ന് എല്ലാ ശക്തിയോടും ഊർജ്ജത്തോടും കൂടി പ്രഖ്യാപിക്കുന്നു. ഞാൻ ഒരു ഭീകരവാദിയല്ല ആയിരുന്നിട്ടുമില്ല. ഒരുപക്ഷേ, എന്റെ വിപ്ലവത്തിന്റെ ആദ്യ ദിനങ്ങളിൽ അങ്ങനെ എന്തെങ്കിലും സംഭവിച്ചിട്ടുണ്ടാകാം. എന്നാൽ എന്റെ മാർഗ്ഗം ഭീകരവാദത്തിന്റേതല്ല; ഏതെങ്കിലും ഒറ്റയാൾ പ്രവർത്തനത്തിന്റേതല്ല. ഞാനൊരു വിപ്ലവകാരിയാണ്." ഭഗത്സിങ് പറയുന്നു.

ആ വിപ്ലവത്തിന്റെ ലക്ഷ്യമെന്താണ് എന്നും അദ്ദേഹം വ്യക്തമാക്കുന്നുണ്ട്. 1931 ഫെബ്രുവരിയിൽ യുവ വിപ്ലവകാരികൾക്ക് വേണ്ടി എഴുതിയ കത്തിനകത്ത് ഇക്കാര്യം ഭഗത്സിങ് സൂചിപ്പിക്കുന്നുണ്ട്. വിപ്ലവം എന്നത് നിലവിലുള്ള സാമൂഹ്യ വ്യവസ്ഥയെ വലിച്ചെറിഞ്ഞ് സോഷ്യലിസ്റ്റ് ക്രമം സ്ഥാപിക്കലാണ്. വിപ്ലവത്തെക്കുറിച്ചുള്ള കേവലമായ ഒരു റൊമാന്റിക് കാഴ്ചപ്പാടല്ല ഇവിടെ ഭഗത്സിങ് മുന്നോട്ട് വയ്ക്കുന്നത്; എന്താണ് വിപ്ലവം എന്ന മാർക്സിസ്റ്റ് കാഴ്ചപ്പാടാണ്. ഒരു സാമൂഹ്യ വ്യവസ്ഥയെ മാറ്റി മറ്റൊരു സാമൂഹ്യ വ്യവസ്ഥയെ സ്ഥാപിക്കൽ. ഭരണവർഗ്ഗത്തിന്റെ കൈയിൽ നിന്നും അധികാരം പിടിച്ചെടുത്ത് അടിച്ചമർത്തപ്പെടുന്ന വർഗ്ഗത്തിന്റെ കൈയിലേക്ക് മാറുന്ന പ്രക്രിയ. ഒരു വർഗ്ഗത്തിന്റെ കൈയിൽനിന്ന് മറ്റൊരു വർഗ്ഗത്തിന്റെ കൈയിലേക്ക് അധികാരം മാറുന്ന കാഴ്ചപ്പാടുകൾ. ആ കാഴ്ചപ്പാടുകളാണ് അദ്ദേഹം ഈ കത്തിനകത്ത് സൂചിപ്പിക്കുന്നത്. അതുകൊണ്ട് അടിയന്തര ലക്ഷ്യം അധികാരം പിടിച്ചെടുക്കലാണെന്നും അദ്ദേഹം പിന്നീട് പറയുന്നു. സർക്കാർ സംവിധാനം എന്നത് ഭരണകൂടത്തിന്റെ താല്പര്യ സംരക്ഷണത്തിന്റെ ഉപകരണം മാത്രമാണ്. ലെനിന്റെ ഭരണകൂടവും വിപ്ലവ വും ഭഗത്സിങ് വായിച്ചിട്ടുണ്ട്. അദ്ദേഹം ജയിലിൽ വായിച്ച കൃതികളിൽ പ്രധാനപ്പെട്ടത് ലെനിന്റെ കൃതികളാണ്. മാർക്സിന്റെയും എംഗൽസിന്റെയും കൃതികളും വായിച്ചു. ഒപ്പംതന്നെ വിക്ടർ ഹ്യൂഗോയുടെയും ഓസ്കാർ വൈൽഡിന്റെയും പ്രതിഭാധനരായ മറ്റ് എഴുത്തുകാരുടെയും കൃതികളും വായിക്കുന്നുണ്ട്. മാർക്സിസത്തിന്റെ അടിസ്ഥാനത്തിൽ സാമൂഹ്യ പുനർനിർമ്മാണത്തിനായി ഭരണകൂടത്തെ പിടിച്ചെടുക്കാൻ കഴിയണം എന്നദ്ദേഹം പറഞ്ഞത് നിരന്തരമായ വായനകൾക്കു ശേഷമാണ്. അപ്പോൾ വിപ്ലവത്തെക്കുറിച്ചുള്ള ശരിയായ മാർക്സിയൻ കാഴ്ചപ്പാട് തന്നെയാണ് 1931 ഫെബ്രുവരിയിൽ എഴുതിയ യുവവിപ്ലവകാരികൾക്കുവേണ്ടിയുള്ള കത്തിൽ അദ്ദേഹം സൂചിപ്പിക്കുന്നത്.

23–ാമത്തെ വയസ്സിലാണ് ഭഗത്സിങ് രക്തസാക്ഷിയാവുന്നത്. 1907 ൽ ഇന്ന് പാകിസ്ഥാന്റെ ഭാഗമായ ബങ്ക ഗ്രാമത്തിൽ ജനിച്ച ഭഗത്സിങ് വളരെ ചെറുപ്പത്തിൽത്തന്നെ ദേശീയ വിമോചന പ്രസ്ഥാനത്തിന്റെ ഭാഗമായി. പഞ്ചാബ് കേസരി എന്നറിയപ്പെട്ടിരുന്ന ലാലാ ലജ്പത് റായി രക്തസാക്ഷിത്വം വരിക്കുന്നത് 1928 ലാണ്. ഭീകരമായ പൊലീസ് മർദ്ദനമേറ്റ അദ്ദേഹം ആഴ്ചകൾക്കുശേഷം മരണപ്പെടുകയായിരുന്നു. അതിന് നേതൃത്വം നല്കിയ പൊലീസ് ഉദ്യോഗസ്ഥരെ വെടിവച്ച് കൊല്ലാൻ ഭഗത്സിങ് അടക്കമുള്ളവർ തീരുമാനിച്ചു. പിന്നീടാണ് ഡൽഹിയിൽ അസംബ്ലിയിലേക്ക് ബോംബെറിഞ്ഞുകൊണ്ട് 'വിപ്ലവം ജയിക്കട്ടെ, ഇങ്ക്വിലാബ് സിന്ദാബാദ്' എന്ന മുദ്രാവാക്യം വിളിക്കുന്നത്. ആ ദൗത്യം നിർവ്വഹിക്കുമ്പോഴും അവർ പറഞ്ഞൊരുകാര്യമുണ്ട്. ആ കാര്യവും വളരെ പ്രധാനപ്പെട്ടതാണ്. 'തങ്ങൾ ഈ ചെയ്യുന്നത് കേവലമായ ഭീകരവാദമല്ല; അല്ലെങ്കിൽ ഒറ്റപ്പെട്ട ആക്രമണത്തിന്റെ പ്രവർത്തനമല്ല' എന്ന് വ്യക്ത

മാക്കുന്ന പ്രസ്താവന. അതിനുശേഷം അവർ ജയിലിൽ നടത്തിയിരുന്നത് നാഷണൽ ആർക്കൈവ്സിൽ ലഭ്യമാണ്. അത് ഇപ്രകാരമാണ്:

> മാനവികമായ മൂല്യങ്ങൾ ഉയർത്തിപ്പിടിക്കുകയും മനുഷ്യന് സമ്പൂർണ്ണമായ സ്വാതന്ത്ര്യവും സമാധാനവുമുള്ള മാനവകുലത്തിന്റെ മഹനീയമായ ഭാവിയെ കാംക്ഷിക്കുന്നവരും എന്ന നിലയിൽ ഇങ്ങനെ മനുഷ്യ രക്തം ഒഴുക്കാൻ നിർബ്ബന്ധിതമായതായി ഞങ്ങൾ ക്ഷമാപൂർവ്വം സമ്മതിക്കുന്നു. ഇതൊരാവശ്യമായി മാറിയിരിക്കുന്നു. പക്ഷേ, ഞങ്ങൾ ഇങ്ങനെയുള്ള ഈ ആക്രമണത്തിന്റെ, രക്തം ചൊരിച്ചിലിന്റെ ആളുകളായിട്ടല്ല ഞങ്ങളെ കാണുന്നത്. ഞങ്ങൾ മാനവികമായ മൂല്യങ്ങൾ ഉയർത്തിപ്പിടിക്കുന്നു.

കൃത്യമായ മാർക്സിസ്റ്റ് നിലപാടുകൾ ഉയർത്തിപ്പിടിക്കാൻ ഇവർക്ക് അപ്പോഴും കഴിഞ്ഞിരുന്നു.

23–ാമത്തെ വയസ്സിൽ രക്തസാക്ഷിത്വം വരിച്ച ഭഗത്സിങ് അതിന് മുമ്പ് പതിനെട്ടാം വയസ്സിൽത്തന്നെ ജയിലിൽ അടയ്ക്കപ്പെട്ടിരുന്നു. ദേശീയ സ്വാതന്ത്ര്യ പ്രസ്ഥാനത്തിൽ പങ്കെടുത്തതിന്റെ ഭാഗമായിട്ടായിരുന്നു അത്. ഈ അഞ്ച് വയസ്സിനുള്ളിൽ എന്തെല്ലാം മാറ്റങ്ങൾ വന്നു എന്നത് അദ്ദേഹത്തിന്റെ സുഹൃത്തിനോട് ഭഗത്സിങ് പറയുന്നുണ്ട്. വായന മാത്രമാണ് തന്നെ മാറ്റിമറിച്ചതെന്ന് അദ്ദേഹം പറഞ്ഞു. കൈയിൽ പുസ്തകമില്ലാതെ ഒരിക്കലും ഭഗത്സിങ്ങിനെ കാണാൻ കഴിയില്ല എന്ന് സുഹൃത്തുക്കൾ രേഖപ്പെടുത്തുന്നുണ്ട്. ചിലപ്പോൾ ഒരു കൈയിൽ പുസ്തകവും പോക്കറ്റിൽ ഡിക്ഷണറിയും ഉണ്ടായിരിക്കും. ജാക്കറ്റിന്റെ പോക്കറ്റുകൾക്കകത്ത് നിറയെ പുസ്തകങ്ങൾ കാണുമ്പോൾ അമ്മ എപ്പോഴും കുറ്റപ്പെടുത്തും എന്ന് ഭഗത്സിങ്ങിന്റെ ജീവചരിത്രത്തിൽ വായിക്കാം. മാർക്സിന്റെ *മൂലധനം* അന്ന് നമ്മുടെ രാജ്യത്തൊക്കെ ചർച്ച ചെയ്ത് വരുന്നേയുള്ളൂ. അതിന്റെ കോപ്പി സംഘടിപ്പിക്കുന്നതിനെക്കുറിച്ചും അദ്ദേഹത്തിന്റെ സുഹൃത്തുക്കളുടെ കുറിപ്പുകളിൽ വായിക്കാനാകും.

നിരീശ്വരവാദത്തെ കുറിച്ചുള്ള ഭഗത്സിങ്ങിന്റെ കുറിപ്പ് ജയിലിൽ വച്ചെഴുതിയതാണ്. അതിൽ അദ്ദേഹം പറയുന്നുണ്ട്:

> ദൈവവിശ്വാസിയായ ഹിന്ദുവാണെങ്കിൽ ഒരു രാജാവായി പുനർജ്ജനിക്കപ്പെടാമെന്ന് വിശ്വസിക്കാം. ഒരു മുസ്ലീമോ ക്രിസ്ത്യാനിയോ ആണെങ്കിൽ താനനുഭവിച്ച കഷ്ടതകൾക്കും ത്യാഗത്തിനും പ്രതിഫലമായി സ്വർഗ്ഗത്തിലെ സുഖലോലുപമായ ജീവിതം സ്വപ്നംകാണാം. പക്ഷേ, ഞാനെന്താണ് പ്രതീക്ഷിക്കേണ്ടത്? കഴുത്തിൽ കയറിട്ട്, കാലിനടിയിൽ നിന്ന് തട്ട് മാറ്റപ്പെടുന്ന നിമിഷം, അവസാന നിമിഷമാണെന്ന് എനിക്കറിയാം. പിന്നെയൊന്നുമില്ല. എന്നാൽ ഞാൻ ചെയ്യുന്നത് എനിക്ക്

> വേണ്ടിയല്ല എന്റെ ഈ സമർപ്പണം മാനവകുലത്തിന് വേണ്ടിയാണ്. എന്റെ ഒരു സ്വാർത്ഥതയ്ക്കും വേണ്ടിയല്ല ഞാൻ പ്രവർത്തിച്ചത്. ഈ രാജ്യത്തിന് വേണ്ടിയാണ്, മനുഷ്യകുലത്തിന് വേണ്ടിയാണ്. മറ്റൊന്നും ചെയ്യാൻ എന്നെക്കൊണ്ട് കഴിയുമായിരുന്നില്ല.

ഇന്ത്യയിലെ കമ്യൂണിസ്റ്റ് പ്രസ്ഥാനത്തിന്റെ ചരിത്രം ഭഗത്സിങ്ങുമായി ചേർത്തുവച്ചുകൊണ്ട് മാത്രമേ നമുക്ക് മുന്നോട്ട് പോകാൻ കഴിയുള്ളൂ. ചെറുപ്പക്കാരെ ആവേശം കൊള്ളിച്ചു എന്നത് മാത്രമല്ല, മാർക്സിസത്തെ ആഴത്തിൽ പഠിക്കാൻ ശ്രമിയ്ക്കുകയും ശാസ്ത്രീയ സോഷ്യലിസത്തെ മനസ്സിലാക്കാൻ ശ്രമിക്കുകയും ചെയ്ത വിപ്ലവകാരിയായിരുന്നു എന്നതാണ് അദ്ദേഹത്തിന്റെ പ്രാധാന്യം. സ്വാതന്ത്ര്യം എന്നത് കേവലമായി ബ്രിട്ടനിൽ നിന്ന് അധികാരം നേടൽ മാത്രമല്ല; മനുഷ്യർക്ക്, പണിയെടുക്കുന്നവർക്ക്, തൊഴിലാളികൾക്ക്, കർഷകർക്ക് എല്ലാമുള്ള വിമോചനമാണ് എന്നും അത് ഭരണവർഗ്ഗത്തിൽ നിന്നുള്ള വിമോചനമാണ് എന്നുമുള്ള മാർക്സിസത്തിന്റെ കാഴ്ചപ്പാട് ഭഗത്സിങ് ഉയർത്തിപ്പിടിക്കുകയാണ് ചെയ്യുന്നത്.

വിചാരണക്കാലം കൂടി വിപ്ലവപ്രവർത്തനമായി മാറ്റുകയാണ് ഭഗത്സിങ്ങും സഖാക്കളും ചെയ്തത്. കോടതിമുറിക്കകത്തെ ഓരോ ദിവസത്തെയും അനുഭവങ്ങൾ ഇത് വ്യക്തമാക്കുന്നുണ്ട്. വധശിക്ഷ ഉറപ്പായപ്പോഴും ചിരിക്കുന്നു, വർത്തമാനം പറയുന്നു. ശിരസ്സ് ഉയർത്തിപ്പിടിക്കുന്നു. അവരുടെ കൺകളിൽ ഭയമില്ല. അത്ര ധീരമായിട്ടാണ് അവർ വിചാരണയെ നേരിട്ടത്. വായനയിലൂടെ അവർ ജയിൽ ജീവിതത്തെ മാറ്റിമറിച്ചു. ഒരുദിവസം അവരെ കോടതിയിൽ ഹാജരാക്കാൻ കഴിഞ്ഞില്ല. നിരാഹാര സമരത്താൽ അവർ ക്ഷീണിതരായിരുന്നു. നിർബ്ബന്ധപൂർവ്വം ഭക്ഷണം അടിച്ചേല്പ്പിക്കാൻ ശ്രമിച്ചതിനാൽ അവർ കോടതിയിൽ വന്നില്ല. അവർ അത് പിന്നീട് കോടതിയിൽത്തന്നെ പറയുന്നു. കോടതിയിലേക്ക് തങ്ങളെ വലിച്ചിഴച്ച് കൊണ്ടുവരേണ്ടി വരുമെന്നു മജിസ്ട്രേറ്റിനോടുതന്നെ അവർ പറയുന്നുണ്ട്. ആ നിരാഹാര സമരത്തിൽ രണ്ടാവശ്യങ്ങളാണ് അവർ ഉന്നയിച്ചത്. പുസ്തകങ്ങൾ വേണം എന്നതായിരുന്നു ഒരാവശ്യം. 'നിങ്ങൾക്ക് ഇഷ്ടമുള്ള പുസ്തകങ്ങളല്ല ഞങ്ങൾക്ക് ആവശ്യമുള്ള പുസ്തകങ്ങൾ തരണം.' അവർ ആവശ്യപ്പെട്ടു. എഴുത്ത് സാമഗ്രികൾ നല്കണം. ഓരോ പ്രതിക്കും ഓരോ വർത്തമാന പത്രം നല്കണം. ഇതായിരുന്നു രണ്ടാമത്തെ ആവശ്യം. ലാലാ ലജ്പത് റായിയുടെ മകൾ പാർവ്വതി ഒരു ദിവസം വിചാരണയ്ക്കിടെ കയറിവരുന്നു. വക്കീലന്മാരുടെ കൂടെ ഇരിക്കാൻ കഴിയണം എന്നവർ ആവശ്യപ്പെടുന്നു. ബഹളമാകുന്നു. കോടതിക്ക് പുറത്ത് രാജ്യത്തിന്റെ പലഭാഗങ്ങളിൽ നിന്നെത്തുന്നവർ ഒത്തുകൂടുന്നു. കോടതി മുറിയിലും പുറത്തേക്ക് കൊണ്ടുപോകുമ്പോഴും പ്രതികൾ മുഴക്കുന്ന മുദ്രാവാക്യ

ങ്ങൾ ഇവർ ഏറ്റു വിളിക്കുന്നു. ഭഗത്സിങ് കോടതിയിൽ പലപ്പോഴായി നടത്തുന്ന പ്രസ്താവനകളിൽ തന്റെ രാഷ്ട്രീയം വ്യക്തമാക്കുന്നു. വിചാരണ സംബന്ധിച്ച ആർക്കൈവ്സ് രേഖകളിൽ ഇന്ത്യയെ ആകെ ഇളക്കിമറിച്ച പോരാട്ടങ്ങളുടെ ജീവനുള്ള പ്രതീകമായി ഭഗത്സിങ് നില കൊള്ളുന്നു..

ഇന്ത്യയിലെ ആദ്യകാല മാർക്സിസ്റ്റ് എന്ന് ഉറപ്പിച്ച് പറയാവുന്ന, അത്രമാത്രം വ്യക്തമായ മാർക്സിസ്റ്റ് കാഴ്ചപ്പാട് ഉയർത്തിപ്പിടിച്ച ധീരനായ വിപ്ലവകാരിയാണ് ഭഗത്സിങ്. ഹിന്ദുസ്ഥാൻ സോഷ്യലിസ്റ്റ് റിപ്പബ്ലിക് ആർമി എന്ന രൂപത്തിലാണ് അവർ ആദ്യ സംഘടന രൂപീ കരിക്കുന്നത്. സുഖ്ദേവ് അന്നേ കമ്യൂണിസ്റ്റാണ്. 1929 ൽ അസംബ്ലിയിലെ ബോംബ് സ്ഫോടനത്തിനുമുമ്പ് ആഗ്രയിൽ ഒരു മുറിയെടുത്ത് ഒരു ഓഫീസ് പ്രവർത്തനം ആരംഭിക്കുന്നുണ്ട്. ആ ചെറിയ മുറിക്കകത്ത് ഭഗത്സിങ് ഒരു ലൈബ്രറി സജ്ജമാക്കി. 70 എഴുത്തുകാരുടെ 175 ഓളം പുസ്തകങ്ങൾ ലൈബ്രറിയിൽ ഉണ്ടായിരുന്നു. പിന്നീട് കോടതിയിൽ അതെല്ലാം തെളിവുകളായി എടുക്കുന്നുണ്ട്. മാർക്സിന്റെയും ലെനി ന്റെയും എംഗൽസിന്റെയും പുസ്തകങ്ങൾ ഇക്കൂട്ടത്തിലുണ്ട്. പ്രതി ഭാധനരായ എഴുത്തുകാരുടെയൊക്കെ പുസ്തകങ്ങൾ ശേഖരിച്ച് വായി ക്കാൻ ആ സമയം അവർ ഉപയോഗിച്ചിരുന്നു എന്ന് കാണേണ്ടതുണ്ട്. ജയിലിലെ ജീവിതം ഭഗത്സിങ്ങിനെ കൂടുതൽ ഉറച്ച മാർക്സിസ്റ്റ് ലെനി നിസ്റ്റാക്കിയ കാലമായിരുന്നു എന്നും കാണാം. ഇന്ത്യയിലെ കമ്യൂണിസ്റ്റ് പ്രസ്ഥാനത്തിന്റെ ആദ്യകാലത്തിന്റെ ഒരു പ്രതീകമാണ് അദ്ദേഹം. അദ്ദേ ഹത്തിന്റെ ജീവിതവും രക്തസാക്ഷിത്വവും ഇന്ത്യയിലെ കമ്യൂണിസ്റ്റ് പ്രസ്ഥാനത്തിന്റെ ചരിത്രത്തിന്റെ ഏറ്റവും സജീവമായ ഏടാണ്.

സംഘടിതരൂപം കൈവരുന്നു

ഇന്ത്യയിൽ നടന്ന കമ്യൂണിസ്റ്റ് പാർട്ടികളുടെ സമ്മേളനം തെരഞ്ഞെടുത്ത സെക്രട്ടറിമാരിൽ ഒരാളായിരുന്നു എസ് വി ഘാട്ടെ. അദ്ദേഹം മംഗലാപുരത്തുകാരനായിരുന്നു. ഒരു മഹാരാഷ്ട്ര ബ്രാഹ്മണ കുടുംബത്തിൽ ജനിച്ച അദ്ദേഹം അവിടെനിന്ന് പഠനാർത്ഥമാണ് ബോംബെയിലേക്ക് പോയത്. ബോംബെയിൽ വച്ചാണ് അദ്ദേഹം ഇടതുപക്ഷ കമ്യൂണിസ്റ്റ് ആശയങ്ങളിലേക്ക് ആകർഷിക്കപ്പെടുന്നത്. കാൺപൂർ ഗൂഢാലോചനക്കേസ് നടക്കുന്ന സന്ദർഭത്തിൽ ഡാങ്കെ അതിൽ പ്രതിയായിരുന്നു. ഡാങ്കെയുടെ *സോഷ്യലിസ്റ്റ്* എന്ന പ്രസിദ്ധീകരണവുമായി ഘാട്ടെ ബന്ധപ്പെടുന്നുണ്ട്. അങ്ങനെ ഡാങ്കെയുമായും ബന്ധമുണ്ടാക്കുന്നു. കാൺപൂർ കേസിൽ ഡാങ്കെ ഉൾപ്പെടെയുള്ള ആളുകൾ അറസ്റ്റ് ചെയ്യപ്പെടുകയും ജയിലിൽ അടയ്ക്കപ്പെടുകയും ചെയ്ത ഘട്ടത്തിൽ പെഷാവാർ കേസിൽ നിന്ന് വ്യത്യസ്തമായി ഒരു ഡിഫൻസ് കമ്മിറ്റി വളരെ ശക്തമായി രൂപീകരിക്കപ്പെടുന്നുണ്ട്. ആ ഡിഫൻസ് കമ്മിറ്റിയുടെ അംഗമായിട്ടാണ് ഘാട്ടെ കമ്യൂണിസ്റ്റ് പ്രസ്ഥാനവുമായിട്ടുള്ള ബന്ധം ആരംഭിക്കുന്നത്.

1924 ലാണ് ആ കമ്മിറ്റിയുടെ പ്രവർത്തനങ്ങളിൽ അദ്ദേഹം ഭാഗമാകുന്നത്. അതിനുശേഷം 1925 ൽ സത്യഭക്ത വിളിച്ചുചേർത്ത കാൺപൂരിലെ കമ്യൂണിസ്റ്റ് പാർട്ടികളുടെ സമ്മേളനം ചേരുമ്പോൾ അതിൽ ബോംബെയിൽ നിന്ന് അദ്ദേഹം പങ്കെടുക്കുന്നു.

അവിടെ അദ്ദേഹം സെക്രട്ടറിമാരിൽ ഒരാളായി തെരഞ്ഞെടുക്കപ്പെട്ടു. 1927 ൽ കമ്യൂണിസ്റ്റ് പാർട്ടിയുടെ കേന്ദ്ര കമ്മിറ്റി പുനഃസംഘടിപ്പിച്ചപ്പോൾ ആദ്യത്തെ ജന. സെക്രട്ടറിയായി. ആദ്യം രൂപീകരിക്കപ്പെട്ട കമ്യൂണിസ്റ്റ് പാർട്ടിയുടെ സെക്രട്ടറി ഷെഫീഖാണ്. ഈ ഘട്ടത്തിൽ ഒരു കേന്ദ്ര കമ്മിറ്റി നിലവിൽ വന്നിട്ടില്ല. 1930 ലാണ് ഒരു കർമ്മപരിപാടി തന്നെ പ്രഖ്യാപിക്കുന്നത്. പല സംസ്ഥാനങ്ങളിൽ വിവിധ ഗ്രൂപ്പുകൾക്ക് നേതൃത്വം നല്കിയിരുന്ന പ്രമുഖ നേതാക്കൾ ആ ഘട്ടത്തിൽ ജയിലിലായിരുന്നു. ജയിലിലിരുന്ന് അവർ ചില നിലപാടുകൾ പ്രഖ്യാപിക്കുകയും ചെയ്തിരുന്നു. പിന്നീട് ഇവർ ജയിൽ വിമോചിതരായി വരുന്ന ഘട്ടത്തിലാണ് 1933 ൽ ഇന്ത്യയിലെ കമ്യൂണിസ്റ്റ് പാർട്ടിയുടെ ഒരു കേന്ദ്രം എന്ന രൂപത്തിൽ പ്രവർത്തനം ആരംഭിക്കുന്നത്. ബോംബെ കേന്ദ്രീകരിച്ചുള്ള ആ പ്രവർത്തനങ്ങളുടെ തുടക്കം 1933 ലാണ്. 34 ആഗസ്തിൽ ഇന്റർനാഷണലിന്റെ മുഖമാസിക *ഇംപ്രകോർ* ഇന്ത്യയിലെ കമ്യൂണിസ്റ്റ് പ്രസ്ഥാനത്തിന്റെ പരിപാടി എന്ന രൂപത്തിൽ ഒരു പൊളിറ്റിക്കൽ തീസിസ് പ്രസിദ്ധീകരിച്ചിരുന്നു. ആ പ്രസിദ്ധീകരണത്തിന്റെ തുടർച്ചയിൽ *ഇംപ്രകോർ* ഒരുകാര്യം കൂടി അറിയിച്ചു. ഇന്റർനാഷണലിന്റെ ഘടകമായി ഇന്ത്യയിലെ കമ്യൂണിസ്റ്റ് പാർട്ടിയെ, കമ്യൂണിസ്റ്റ് പാർട്ടി ഓഫ് ഇന്ത്യ (സി പി ഐ) യെ, അഫിലിയേറ്റ് ചെയ്തിരിക്കുന്നു എന്നതാണ് അത്.

1920 ൽ രൂപംകൊണ്ട പാർട്ടി ഘടകം സാർവ്വദേശീയ കമ്യൂണിസ്റ്റ് പ്രസ്ഥാനത്തിൽ രജിസ്റ്റർ ചെയ്ത് അതിന്റെ ഘടകം എന്ന രൂപത്തിൽ വന്നിരുന്നില്ല. ഇന്റർനാഷണൽ അംഗീകരിച്ചിരുന്നു; പക്ഷേ, അഫിലിയേറ്റ് ചെയ്തിരുന്നില്ല. എന്നാൽ 1920 ൽ പാർട്ടി രൂപീകരിക്കുന്നതുതന്നെ ഇന്റർനാഷണലിന്റെ തീരുമാനത്തിന്റെ ഭാഗമായിട്ടാണ്. 1934 ലാണ് ഇന്റർനാഷണൽ ഇന്ത്യയിലെ കമ്യൂണിസ്റ്റ് പാർട്ടിയെ അഫിലിയേറ്റ് ചെയ്യുന്നത്. അതാണ് മാനദണ്ഡമെങ്കിൽ ഒരു വിഭാഗത്തിന് വേണമെങ്കിൽ ഇന്ത്യയിലെ കമ്യൂണിസ്റ്റ് പാർട്ടിയുടെ ശരിയായ രൂപീകരണം 1934 ലാണ് എന്നുവേണമെങ്കിൽ വാദിക്കാം. 1925 ൽ ഇന്ത്യയിൽ നടന്ന സമ്മേളനമാണ് ആദ്യത്തേത്. അതാണ് തുടക്കം എന്ന് വാദിക്കുന്നത് പോലെ ഇങ്ങനെയും വാദിക്കാം. ഇതെല്ലാം ചരിത്ര ഘട്ടങ്ങൾ തന്നെയാണ്. അതിന്റെയൊന്നും പ്രധാന്യത്തെ നമ്മൾ കുറച്ച് കാണിക്കാൻ പാടില്ല. ചരിത്രത്തിന്റെ 1920 ലെ തുടക്കത്തെയും നമ്മൾ നിരാകരിക്കാൻ പാടില്ല. 1920 ലാണ് ഒരു പാർട്ടി എന്ന നിലയിൽ ഇന്റർനാഷണലിന്റെ കാഴ്ചപ്പാടിന്റെയും നിർദ്ദേശങ്ങളുടെയും അടിസ്ഥാനത്തിൽ പാർട്ടി രൂപീകരിക്കപ്പെടുന്നത്. അതിന്റെ അടുത്ത നിർണ്ണായകമായ ഘട്ടമായി 25 വന്നു. പിന്നീട് 34 ൽ അടുത്ത ഘട്ടം വന്നു.

കേന്ദ്ര കമ്മിറ്റി അവിടെ പ്രവർത്തനം ആരംഭിച്ച ശേഷം 1934 ആയപ്പോഴേക്കും വീണ്ടും കമ്യൂണിസ്റ്റ് പാർട്ടി നിരോധിക്കപ്പെടുകയുണ്ടായി. ഈ ഘട്ടത്തിൽ നിരവധിപ്പേർ ഈ പ്രസ്ഥാനത്തിന്റെ കേന്ദ്ര

*1945 ൽ ബോംബെയിൽ കമ്മ്യൂണിസ്റ്റ് പാർട്ടി ഓഫ് ഇന്ത്യ ആസ്ഥാനത്തു വച്ചു
നടന്ന സി പി ഐയുടെ ഒരു പോളിറ്റ് ബ്യൂറോ യോഗത്തിൽ
ബി ടി രണദിവെ, ജി അധികാരി, പി സി ജോഷി എന്നിവർ.*

നേതൃത്വത്തിന്റെ ഭാഗമായി പാർട്ടി കെട്ടിപ്പടുക്കുന്നതിന് ത്യാഗങ്ങൾ അനുഷ്ഠിച്ചിട്ടുണ്ട്. എല്ലാവരുടെയും ജീവിതത്തിലൂടെ സഞ്ചരിക്കാൻ ഇത്തരം ഘട്ടത്തിൽ നമുക്ക് സാദ്ധ്യമല്ല. പലരുടെയും വിവരങ്ങൾ നമുക്ക് വേണ്ടത്ര ലഭ്യമല്ല. ഭരണഘടന അസംബ്ലിയുടെ ചരിത്രത്തിലൂടെ സഞ്ചരിക്കുന്ന ഘട്ടത്തിലാണ് ആ അസംബ്ലിക്കകത്തെ ഏക കമ്യൂണിസ്റ്റ് പാർട്ടി അംഗമായ സോമനാഥ് ലാഹരിയുടെ ജീവചരിത്രം കുറെക്കൂടി വിശദമായി പഠിക്കുവാൻ ശ്രമിച്ചത്.

യഥാർത്ഥത്തിൽ ഇന്ത്യയിലെ കമ്യൂണിസ്റ്റ് പ്രസ്ഥാനത്തിന്റെ പ്രവർത്തനത്തിന്റെ പരിപാടിയെ സ്വാധീനിച്ചത് ഇന്റർനാഷണൽ അംഗീകരിച്ച കാഴ്ചപ്പാടുകളായിരുന്നു. അതിന്റെ വ്യതിയാനമുണ്ടായിരുന്നു. ആ വ്യതിയാനമാണ് ദേശീയ വിമോചന പ്രസ്ഥാനത്തിൽ നിന്ന് മാറി സ്വതന്ത്രമായി, ശക്തമായി ഒറ്റയ്ക്ക് മുന്നോട്ട് പോകുക എന്ന സെക്ടേറിയൻ കാഴ്ചപ്പാടിലേക്ക് കർമ്മപരിപാടിയെ എത്തിച്ചത്. പിന്നീടാണ് ദിമിത്രോവ് അവതരിപ്പിച്ച ഐക്യമുന്നണി സിദ്ധാന്തത്തിന്റെ തുടർച്ചയിൽ ദേശീയ പ്രസ്ഥാനത്തിന്റെ ഭാഗമായി നിന്നുതന്നെ പ്രവർത്തിക്കുക എന്ന കാഴ്ചപ്പാടിലേക്ക് വന്നത്. ഒപ്പം തൊഴിലാളികളുടെയും കർഷകരുടെയും പ്രശ്നങ്ങൾ ഏറ്റെടുത്ത് വർഗ്ഗബഹുജന സംഘടനകൾ കെട്ടിപ്പെടുക്കുക; ബഹുജന ഐക്യം ശക്തിപ്പെടുത്തുക എന്ന കാഴ്ചപ്പാടിലേക്ക് വരുന്നത്.

ആ ഘട്ടത്തിൽ തന്നെ ഭരണഘടന അസംബ്ലി എന്ന ആശയം ഇന്ത്യയിൽ ആദ്യമായി കമ്യൂണിസ്റ്റുകാർ മുന്നോട്ടുവെക്കുന്നുണ്ട്. കമ്യൂണിസ്റ്റ് പാർട്ടിയുടെ രൂപീകരണത്തിന് നേതൃത്വം നല്കിയ എം എൻ റോയിയാണ് നിർദ്ദേശം മുന്നോട്ട് വച്ചത്. ഭരണഘടന അസംബ്ലിയെന്ന ഏക ആവശ്യം മുൻനിർത്തിക്കൊണ്ടുള്ള വലിയ പ്രക്ഷോഭത്തിന് കമ്യൂണിസ്റ്റ് പ്രസ്ഥാനം നേതൃത്വം നല്കേണ്ടതുണ്ട് എന്ന കാഴ്ചപ്പാട് അന്ന് അവതരിപ്പിക്കപ്പെട്ടിരുന്നു. കമ്യൂണിസ്റ്റ് പ്രസ്ഥാനം ആ മുദ്രാവാക്യം ഏറ്റെടുത്തിരുന്നു. കോൺഗ്രസ് മുന്നോട്ട് വയ്ക്കുന്നതിനു മുമ്പുതന്നെ പൂർണ്ണ സ്വരാജ് (ആസാദി കാമിൽ) എന്നുള്ളത് മുന്നോട്ട് വച്ചതുപോലെ ഭരണഘടന അസംബ്ലി എന്നുള്ളത് ആദ്യമായി മുന്നോട്ട് വയ്ക്കുന്നതും അതിനെ അടിസ്ഥാനപ്പെടുത്തി ജനങ്ങളെ അണിനിരത്താൻ ശ്രമിക്കുന്നതും കമ്യൂണിസ്റ്റ് പാർട്ടിയാണെന്നു കാണാം. കോൺഗ്രസിനകത്ത് പ്രവർത്തിച്ചുകൊണ്ടിരുന്ന കോൺഗ്രസ് സോഷ്യലിസ്റ്റ് പാർട്ടിയും ഇതേ കാഴ്ചപ്പാടു തന്നെ മുന്നോട്ട് വയ്ക്കാൻ ശ്രമിച്ചിരുന്നു.

സോമനാഥ് ലാഹിരി ഇന്ത്യയിലെ കമ്യൂണിസ്റ്റ് പാർട്ടിയുടെ പ്രതിനിധിയായി ഭരണഘടനാ അസംബ്ലിയിൽ അംഗമായിരുന്നു. സോമനാഥ് ലാഹിരി ബംഗാളിലാണ് ട്രേഡ് യൂണിയൻ പ്രസ്ഥാനങ്ങൾക്ക് നേതൃത്വം നല്കിയത്. ബംഗാളിലെ കമ്യൂണിസ്റ്റ് പ്രസ്ഥാനത്തിന്റെ രൂപീകരണത്തിലും വളർച്ചയിലും പ്രധാനപ്പെട്ട പങ്ക് വഹിച്ച ആളാണ്. മുസാഫർ അഹമ്മദിനെപ്പോലെ സോമനാഥ് ലാഹിരിയും ആദ്യകാലങ്ങളിൽ വളരെ

പ്രധാനപ്പെട്ട പങ്കുവഹിച്ചിട്ടുണ്ട്. കേന്ദ്ര കമ്മിറ്റി ബോംബെയിൽ പ്രവർത്തനം തുടങ്ങുന്ന ഘട്ടത്തിൽ അദ്ദേഹം കേന്ദ്ര കമ്മിറ്റിയുടെ ഭാഗമായി പ്രവർത്തനം ആരംഭിച്ചു. എന്നു മാത്രമല്ല ഒരു ഘട്ടത്തിൽ നാല് മാസക്കാലം പാർട്ടിയുടെ സെക്രട്ടറിയായി. 34 ൽ അറസ്റ്റ് ചെയ്യപ്പെടുന്നത് വരെ എസ് എസ് മിറാജ്കർ ആയിരുന്നു സെക്രട്ടറി. യാത്രയ്ക്കിടയിൽ സിങ്കപ്പൂരിൽ വച്ച് അദ്ദേഹത്തെ അറസ്റ്റ് ചെയ്തു. തുടർന്ന് സോമനാഥ് ലാഹിരിയാണ് കമ്യൂണിസ്റ്റ് പാർട്ടിയുടെ സെക്രട്ടറിയായി ബോംബെ കേന്ദ്രത്തിൽ പ്രവർത്തിച്ചത്. നാല് മാസത്തിനുശേഷം അദ്ദേഹത്തെയും അറസ്റ്റ് ചെയ്തു.

1948 ൽ കൽക്കത്തയിലെ രണ്ടാം പാർട്ടി കോൺഗ്രസിലെ ഇടതുപക്ഷ തീവ്രവ്യതിയാനത്തിന്റെതായ രണദിവെ തീസിസിന്റെ ഘട്ടത്തിലും പാർട്ടിയുടെ പൊളിറ്റ് ബ്യൂറോ അംഗമായി സോമനാഥ ലാഹിരി പ്രവർത്തിച്ചിരുന്നു. പിന്നീട് അദ്ദേഹം ബംഗാളിൽ മന്ത്രിയായി. അവിടെ പലഘട്ടങ്ങളിൽ നിയമസഭാംഗമായും മന്ത്രിയായും പ്രവർത്തിച്ചു. ബംഗാളിൽ കമ്യൂണിസ്റ്റ് പാർട്ടിയുടെ കോർപ്പറേഷൻ കൗൺസിലറായി ആദ്യമായി തെരഞ്ഞെടുക്കപ്പെടുന്നതും സോമനാഥ ലാഹിരിയെയാണ്.

ഈ ഘട്ടത്തിൽ പി സി ജോഷിയെപ്പറ്റി കൂടി ഓർക്കണം. 1943 ൽ ഒന്നാം കോൺഗ്രസ് അദ്ദേഹത്തെ സെക്രട്ടറിയായി തെരഞ്ഞെടുത്തു. പി സി ജോഷിയുടെ കമ്യൂണിസ്റ്റ് പാർട്ടിക്ക് നേതൃത്വം നല്കിയ ഘട്ടം നേരത്തെ സൂചിപ്പിച്ചപോലെ കമ്യൂണിസ്റ്റ് പാർട്ടിയുടെ കുതിച്ചുചാട്ടത്തിന്റെ ഘട്ടമാണ്. ബോംബെയിലെ കമ്യൂണുകൾക്കകത്ത് പണ്ഡിറ്റ് രവി ശങ്കറിനെപ്പോലെയും എം എഫ് ഹുസൈനെപ്പോലെയുമുള്ള മഹാപ്രതിഭകൾ കമ്യൂണിസ്റ്റ് പാർട്ടിയുമായി സഹകരിക്കുന്നത് ഈ ഘട്ടത്തിലാണ്. പി സി ജോഷിയുമായുള്ള ബന്ധത്തിലൂടെയാണ് ഇവരെല്ലാം കമ്യൂൺ ജീവിതത്തിന്റെ ഭാഗമായത്. കലാ സാംസ്കാരിക പ്രവർത്തകരെ പാർട്ടിയുമായി അടുപ്പിക്കുന്നതിലും അവരുടെ സംഘടനകൾ രൂപീകരിക്കുന്നതിലുമെല്ലാം അദ്ദേഹത്തിന്റെ മുൻകൈ ഉണ്ടായിരുന്നു. മീററ്റ് കേസിൽ ഏറ്റവും പ്രായംകുറഞ്ഞ പ്രതിയായിരുന്നു എന്ന കാര്യം നേരത്തേ സൂചിപ്പിക്കുകയുണ്ടായി. ഇങ്ങനെ ഒട്ടേറെ വ്യക്തിത്വങ്ങൾ കമ്യൂണിസ്റ്റ് പ്രസ്ഥാനത്തിന്റെ വളർച്ചയിലും ഇന്ത്യയുടെ സ്വാതന്ത്ര്യ പ്രസ്ഥാനത്തിലും പോരാട്ടങ്ങളിലും നിർണ്ണായകവും ത്യാഗനിർഭരവുമായ പങ്കുവഹിച്ചിട്ടുണ്ട്.

ഈ ചരിത്രം വീണ്ടും നമ്മൾ ഏറ്റെടുക്കേണ്ടതുണ്ട്. വ്യക്തികളുടെ ചരിത്രമല്ല ഇത്. എന്നാൽ വ്യക്തികൾക്കും ചരിത്ര രൂപീകരണത്തിൽ പങ്കുണ്ട്. ചരിത്ര നിർമ്മിതിയിൽ വ്യക്തികൾ എങ്ങനെ സാഹചര്യത്തെ തിരിച്ചറിഞ്ഞ് ഇടപെടുന്നു എന്നത് പ്രധാനമാണ്. ലെനിന്റെ കൂടെ അദ്ധ്യാപകനായിരുന്ന പ്ലഖനോവ് ചരിത്രത്തിൽ വ്യക്തിക്കുള്ള പങ്ക് എന്ന ചെറിയ കൃതിയിൽ ഇക്കാര്യം വ്യക്തമാക്കുന്നുണ്ട്. വ്യക്തികളെ പൂർണ്ണമായും നിരാകരിക്കുന്നതല്ല ചരിത്രം. എന്നാൽ വ്യക്തികളല്ല

ചരിത്രം നിർമ്മിക്കുന്നത്. ചരിത്ര നിർമ്മാണത്തിന്റെ പല ഘടകങ്ങളിലും പങ്കാളികളാണവർ. ഇന്ത്യയുടെ സ്വാതന്ത്ര്യ സമരത്തിനും കമ്യൂണിസ്റ്റ് പാർട്ടിയുടെ വളർച്ചയിലും സോമനാഥ ലാഹിരിയെപ്പോലെയും എസ് വി ഘാട്ടെയേയും പി സി ജോഷിയെയും അധികാരിയെയും മുസാഫർ അഹമ്മദിനെയും പോലെ നിരവധി വ്യക്തിത്വങ്ങൾ ഇന്ത്യയിലെ പ്രസ്ഥാനത്തിലെ വളർച്ചയിൽ വഹിച്ചിട്ടുള്ള പങ്ക് പ്രധാനമാണ്. തുടക്കത്തിൽ എം എൻ റോയ്, എം പി ടി ആചാര്യ, അബനി റോയി ഇവരെല്ലാം വഹിച്ചിട്ടുള്ള പങ്ക് ഓർത്തെടുക്കേണ്ടതിന് ഇന്നത്തെ കാലഘട്ടത്തിൽ കുറെക്കൂടി സവിശേഷമായ പ്രാധാന്യമുണ്ട്.

കേരളത്തിലും കോൺഗ്രസിനകത്തുള്ള ഇടതുപക്ഷ ചിന്താഗതിയുടെ വളർച്ചയും കോൺഗ്രസ് സോഷ്യലിസ്റ്റ് പാർട്ടിയുടെ ശക്തിപ്പെടലും കമ്യൂണിസ്റ്റ് പാർട്ടിയിലേക്കുള്ള പ്രയാണവും കമ്യൂണിസ്റ്റ് പാർട്ടിയുടെ രൂപീകരണവും ഉണ്ടാകുന്നുണ്ട്. അതുകൂടി പരിശോധിക്കേണ്ടതുണ്ട്.

കേരളത്തിലെ രൂപീകരണം

ആയിരത്തി തൊള്ളായിരത്തി ഇരുപതിൽ താഷ്കന്റിൽ വച്ച് രൂപംകൊണ്ട ഇന്ത്യയിലെ കമ്യൂണിസ്റ്റ് പ്രസ്ഥാനത്തിന്റെ രൂപീകരണ ചരിത്ര പശ്ചാത്തലമാണ് പ്രധാനമായിട്ടും ഇതിനുമുമ്പുള്ള അദ്ധ്യായ ങ്ങളിൽ വിശദീകരിക്കാൻ ശ്രമിച്ചത്. 1925 ലെ കാൺപൂർ സമ്മേളനവും അതോടൊപ്പം തന്നെ കമ്യൂണിസ്റ്റ് പാർട്ടിയുടെ രൂപീകരണ ഘട്ടത്തിൽ നേരിടേണ്ടിവന്ന ഗൂഢാലോചനക്കേസുകൾ, അടിച്ചമർത്തലുകൾ, അനുഭവിച്ച ത്യാഗങ്ങൾ എന്നിവയെക്കുറിച്ചും പരാമർശിച്ചു. ഈ രൂപീകരണത്തിന് നേതൃത്വം നല്കിയിട്ടുള്ള മഹാന്മാരായ വിപ്ലവകാ രികളെ പരിചയപ്പെടുത്താനും ശ്രമിച്ചിട്ടുണ്ട്.

കേരളത്തിലെ പാർട്ടി രൂപീകരണത്തിന്റെ ചരിത്രംകൂടി പരാമർശിച്ച് അവസാനിപ്പിക്കാം എന്നു കരുതുന്നു. 1920 ലാണ് ഇന്ത്യയിലെ കമ്യൂ ണിസ്റ്റ് പ്രസ്ഥാനം രൂപംകൊണ്ടത്. അതിനുമുമ്പ് ഇന്ത്യയ്ക്കകത്ത് നടന്ന ചലനങ്ങളെക്കുറിച്ചും നേരത്തെ പ്രതിപാദിച്ചു.

ജർമ്മനിയിൽ ട്രിയറിൽ മാർക്സിന്റെ ജന്മഗൃഹം ഒരു മ്യൂസിയമായി പ്രവർത്തിക്കുന്നുണ്ട്. ആ ജന്മഗൃഹം സന്ദർശിക്കാൻ സന്ദർഭം കിട്ടിയി രുന്നു. അവിടെ ആദ്യത്തെ മുറിയിൽ തന്നെ *മാനിഫെസ്റ്റോ*കളുടെ വിവിധ ഭാഷകളിലുള്ള പതിപ്പുകളാണ് പ്രദർശിപ്പിച്ചിട്ടുള്ളത്. ആ പതിപ്പു കളുടെ കൂട്ടത്തിൽ ഒരു മലയാള പുസ്തകത്തിന്റെ കവർ നമ്മുടെ ശ്രദ്ധ യിൽപ്പെടും. അത് *മാനിഫെസ്റ്റോ*യുടെ മലയാളപതിപ്പല്ല. *കാൾ മാർ ക്സിന്റെ ജീവചരിത്രം* ആദ്യമായി എഴുതപ്പെട്ടതാണ്. ഞാൻ പോയ

പ്പോൾ 1913 ലെ കോപ്പിയാണ് കണ്ടത്. യഥാർത്ഥത്തിൽ ഒക്ടോബർ വിപ്ല വത്തിന് അഞ്ച് വർഷം മുമ്പ് 1912 ലാണ് സ്വദേശാഭിമാനി *കാൾ മാർക്സിന്റെ ജീവചരിത്രം* ആദ്യമായി മലയാളത്തിൽ എഴുതുന്നത്. ഒക്ടോബർ വിപ്ലവത്തിന് ശേഷമാണ് ലോകത്തെമ്പാടുമുള്ള കമ്യൂണിസ്റ്റ് പാർട്ടികളുടെ രൂപീകരണത്തിന് ഒരാവേശം കൈവന്നത്. രൂപീകര ണത്തിന്റെ വേഗം വർദ്ധിച്ചത് അതിനുശേഷമാണ്. ഇന്ത്യ ഉൾപ്പെടെയുള്ള പല രാജ്യങ്ങൾക്കകത്തും കമ്യൂണിസ്റ്റ് പാർട്ടി രൂപീകരണം ഒക്ടോബർ വിപ്ലവത്തിന്റെ വിജയത്തിന് ശേഷമുള്ള അനുഭവത്തിന്റെ കൂടി അടിസ്ഥാനത്തിലാണ്. എന്നാൽ അതിനുമുമ്പുതന്നെ മലയാളത്തിൽ സ്വദേശാഭിമാനി എഴുതിയ *കാൾ മാർക്സിന്റെ ജീവചരിത്രം* പ്രസി ദ്ധീകരിക്കപ്പെട്ടിരുന്നു എന്ന് കാണണം. കാൾ മാർക്സ് അന്നേ തന്നെ ഇവിടെ പരിചിതനായിരുന്നു. അതോടൊപ്പം തന്നെ *മാനിഫെസ്റ്റോ*യുടെ മലയാള പതിപ്പുകളും പുറത്തിറങ്ങുന്നുണ്ട്.

ഒക്ടോബർ വിപ്ലവത്തിന് മുമ്പുതന്നെ മലയാളിക്ക് കാൾ മാർക്സിനെ സംബന്ധിച്ചും മാർക്സിസത്തെക്കുറിച്ചുമുള്ള ധാരണകൾ പരിമിതമായിട്ടാണെങ്കിലും ലഭ്യമായിരുന്നു എന്നാണ് ഇത് വ്യക്തമാക്കു ന്നത്. ഒരു നവോത്ഥാന പാരമ്പര്യത്തിന്റെ സമ്പന്നത ഉണ്ടെന്നുള്ളതാണ് കേരളത്തിന്റെ സവിശേഷത. ആ ചരിത്ര തുടർച്ചയിലാണ് കേരളത്തിലെ തൊഴിലാളിവർഗ്ഗ രാഷ്ട്രീയം ശക്തിപ്പെട്ടത്. കമ്യൂണിസ്റ്റ് പാർട്ടി രൂപം കൊള്ളുന്നതിന് മുമ്പുതന്നെ 1931 ൽ കമ്യൂണിസ്റ്റ് ലീഗിന്റെ പ്രവർത്തനം കേരളത്തിൽ ആരംഭിച്ചിരുന്നു. തിരുവിതാംകൂറിൽ എൻ സി ശേഖറാണ് കമ്യൂണിസ്റ്റ് ലീഗ് രൂപീകരിക്കുന്നത്. 1934 ആയപ്പോഴാണ് കോൺഗ്രസ് സോഷ്യലിസ്റ്റ് പാർട്ടി രൂപംകൊള്ളുന്നത്. നേരത്തേ പ്രതിപാദിച്ച ഇന്റർ നാഷണലിന്റെ കാഴ്ചപ്പാടിന് അനുസൃതമായി കമ്യൂണിസ്റ്റുകാർ ഇന്ത്യ യ്ക്കകത്ത് സ്വീകരിച്ച സമീപനത്തിന്റെ കൂടി പ്രയോഗമായിരുന്നു അത്. കുറെക്കൂടി ലളിതമായി പറഞ്ഞാൽ, കോൺഗ്രസിനകത്ത് അല്ലെങ്കിൽ സ്വാതന്ത്ര്യ പ്രസ്ഥാനത്തിനകത്ത് നിന്നുകൊണ്ട് കമ്യൂണിസ്റ്റുകാർ പ്രവർത്തിക്കേണ്ടതുണ്ടെന്നായിരുന്നു ആ കാഴ്ചപ്പാട്. ഒപ്പം തൊഴിലാ ളികളെയും കർഷകരെയും ഇതര ശക്തികളെയും സംഘടിപ്പിച്ച് ഒരു തൊഴിലാളിവർഗ്ഗ രാഷ്ട്രീയ പാർട്ടി എന്ന നിലയിലുള്ള പ്രവർത്തനവും സ്വതന്ത്രമായി സംഘടിപ്പിക്കാൻ കഴിയണം എന്നും കണ്ടിരുന്നു. കമ്യൂ ണിസ്റ്റ് ഇന്റർനാഷണൽ ഈ കാഴ്ചപ്പാട് അംഗീകരിച്ചതിന്റെ ഭാഗമാ യാണ് ഇന്ത്യയ്ക്കകത്ത് കമ്യൂണിസ്റ്റുകാർ കോൺഗ്രസ് സോഷ്യലിസ്റ്റ് പാർട്ടിയുടെ ഭാഗമായി പ്രവർത്തിക്കാൻ തീരുമാനിച്ചത്. കോൺഗ്രസി നകത്തുതന്നെ ഒരു സംവിധാനം എന്ന നിലയിൽ കോൺഗ്രസ് സോഷ്യ ലിസ്റ്റ് പാർട്ടി രൂപീകരിക്കപ്പെട്ടു. കമ്യൂണിസ്റ്റ് ലീഗിലും കോൺഗ്രസ് സോഷ്യലിസ്റ്റ് പാർട്ടിയിലും കമ്യൂണിസ്റ്റുകാരുണ്ട്.

കോൺഗ്രസിനകത്ത് പ്രവർത്തിക്കുന്നത് ശക്തമായി എതിർത്തി രുന്ന സംവിധാനമായിരുന്നു എൻ സി ശേഖറിന്റെ നേതൃത്വത്തിൽ വന്ന കമ്യൂണിസ്റ്റ് ലീഗ്. അതിന്റെ പ്രവർത്തനം സ്വതന്ത്രമായിരുന്നു. കോൺ

ഇ എം എസ് നമ്പൂതിരിപ്പാട് (വലതുവശത്ത്) കേരളത്തിന്റെ ആദ്യത്തെ മുഖ്യമന്ത്രിയായി സത്യപ്രതിജ്ഞ ചെയ്യുന്നു. തിരുവനന്തപുരം, 1957 ഏപ്രിൽ 5.

ഗ്രസ് എന്നുള്ളത് മഹാഭൂരിപക്ഷം ജനതയുടെ താല്പര്യങ്ങൾ പ്രതിനിധാനം ചെയ്യുന്നതല്ലെന്നും ബൂർഷ്വാ നേതൃത്വത്തിലുള്ളതാണ് എന്നുമായിരുന്നു കമ്യൂണിസ്റ്റ് ലീഗിന്റെ കാഴ്ചപ്പാട്. എന്നാൽ കോൺഗ്രസ് സോഷ്യലിസ്റ്റ് പാർട്ടി എന്നത് കോൺഗ്രസിനകത്ത് പ്രവർത്തിക്കണമെന്നുള്ളത് നിർബന്ധമായിരുന്നു. അതിനും തർക്കങ്ങൾ ഉണ്ടായിരുന്നു. കോൺഗ്രസിനെക്കൊണ്ടുതന്നെ സോഷ്യലിസ്റ്റ് മുദ്രാവാക്യത്തിൽ എത്തിക്കാം എന്ന് കരുതുന്ന ആളുകളുണ്ടായിരുന്നു. എന്നാൽ ബൂർഷ്വാ നേതൃത്വമുള്ള കോൺഗ്രസ് പാർട്ടിയെക്കൊണ്ട് അങ്ങനെയൊരു മുദ്രാവാക്യത്തിലേക്ക് എത്തിക്കുക എന്നത് അസാദ്ധ്യമാണ്, അത് സമയം പാഴാക്കലാണ് എന്നു കരുതുന്ന ആളുകളുമുണ്ടായിരുന്നു. ഇത്തരം ആശയ തർക്കങ്ങളും ഏറ്റുമുട്ടലുകളും ഉണ്ടെങ്കിലും കോൺഗ്രസിനകത്ത് സി എസ് പി എന്ന നിലയിൽ എന്നാൽ ഇതെല്ലാം ചേർന്നുകൊണ്ടുള്ള ഒരു സംവിധാനം എന്ന നിലയിൽ കോൺഗ്രസ് സോഷ്യലിസ്റ്റ് പാർട്ടി പ്രവർത്തിച്ചിരുന്നു. കേരളത്തിൽ അതിന്റെ ഘടകം വളരെ ശക്തമായിരുന്നു. ഇ എം എസ് അതിന്റെ ഭാഗമായിരുന്നു. എന്നാൽ കേരളത്തിലെ കോൺഗ്രസ് സോഷ്യലിസ്റ്റ് പ്രസ്ഥാനത്തിന്റെയും കമ്യൂണിസ്റ്റ് പ്രസ്ഥാനത്തിന്റെയും ബീജാവാപം നടന്നത് യഥാർത്ഥത്തിൽ കണ്ണൂർ ജയിലിലാണ് എന്ന് ഇ എം എസ് ചൂണ്ടിക്കാണിക്കുന്നുണ്ട്. സ്വാതന്ത്ര്യസമരത്തിന്റെ ഭാഗമായി അറസ്റ്റ് ചെയ്യപ്പെട്ട മലയാളികൾ കണ്ണൂർ ജയിലിൽ അടയ്ക്കപ്പെടുമ്പോൾ കമൽനാഥ് തിവാരിയെപ്പോലെ ബംഗാളിൽ നിന്നും ആന്ധ്രയിൽ നിന്നുമുള്ള വിപ്ലവകാരികൾ കണ്ണൂർ ജയിലിലുണ്ട്. അവരുമായിട്ടുള്ള ആശയ സംവാദങ്ങളിലൂടെയും ചർച്ചകളിലൂടെയും ആണ് കമ്യൂണിസത്തെക്കുറിച്ചും തൊഴിലാളിവർഗ്ഗ രാഷ്ട്രീയത്തെക്കുറിച്ചും മാർക്സിസത്തെക്കുറിച്ചുമൊക്കെ കുറെക്കൂടി മനസ്സിലാക്കാൻ സാദ്ധ്യമായത് എന്ന് ഇ എം എസ് ചൂണ്ടിക്കാണിക്കുന്നുണ്ട്. കമൽനാഥ് തിവാരിയാണ് അതിന് പ്രധാനപ്പെട്ട ഉത്തരവാദി എന്ന കാര്യവും ഇ എം എസ് വ്യക്തമാക്കുന്നു. കോൺഗ്രസ് സോഷ്യലിസ്റ്റ് പാർട്ടിയുടെ ഭാഗമായി പ്രവർത്തിക്കുമ്പോഴാണ് 1934 ൽ അദ്ദേഹം കോൺഗ്രസിന്റെ സെക്രട്ടറിമാരിൽ ഒരാളായത്. സി കെ ഗോവിന്ദൻ നായരും ഇ എം എസുമായിരുന്നു രണ്ട് സെക്രട്ടറിമാർ. അങ്ങനെ ഇ എം എസ് കോൺഗ്രസിന്റെ, കെ പി സി സിയുടെ സെക്രട്ടറിയായി പ്രവർത്തിച്ചു എന്നതും ചരിത്രത്തിന്റെ ഭാഗമാണ്.

ഇതിന്റെ തുടർച്ചയിൽത്തന്നെ ട്രേഡ് യൂണിയനുകളും കർഷകമുന്നേറ്റങ്ങളും സംഘടിപ്പിക്കുന്ന പ്രവർത്തനം നടക്കുന്നുണ്ട്. ആലപ്പുഴ, കൊല്ലം ജില്ലകളിലും എറണാകുളത്തും തൃശൂരിലും തൊഴിലാളി സംഘടനകൾ ഈ ഘട്ടത്തിൽ രൂപംകൊള്ളുന്നുണ്ട്. ചിലത് അരാഷ്ട്രീയമായ ട്രേഡ് യൂണിയനുകളാണ്. കർഷക മുന്നേറ്റങ്ങളും സംസ്ഥാനത്തിന്റെ പലഭാഗങ്ങളിൽ നടക്കുന്നുണ്ട്.

ഈ ഘട്ടത്തിലാണ് 1937 ൽ മീററ്റിൽ കോൺഗ്രസ് സോഷ്യലിസ്റ്റ് പാർട്ടിയുടെ രണ്ടാമത്തെ സമ്മേളനം ചേരുന്നത്. കമ്യൂണിസ്റ്റ് പാർട്ടിയി

ഓൾ ഇന്ത്യാ കിസാൻ സഭയുടെ നേതൃത്വത്തിൽ നടന്ന പ്രക്ഷോഭത്തിന്റെ ഭാഗമായി 2017 സെപ്തംബർ 3 ന് രാജസ്ഥാനിലെ സിക്കറിൽ കർഷകർ സംസ്ഥാനത്തെ ബി ജെ പി സർക്കാരിന്റെ പ്രതീകാത്മക ശവസംസ്കാരം നടത്തുന്നു.

ലേക്കുള്ള പ്രയാണത്തെ ശക്തിപ്പെടുത്തുന്ന ഒരു ഘട്ടമായി അതിനെ കാണേണ്ടതുണ്ട്. ഈ കാലഘട്ടത്തിൽ തന്നെയാണ് 1935 ൽ മെയ് മാസത്തിൽ തൊഴിലാളി സംഘടനകളുടെ വലിയ സമ്മേളനം കോഴിക്കോട് ചേരുന്നത്. സംസ്ഥാനതലത്തിൽ ട്രേഡ് യൂണിയനുകളുടെ സമ്മേളനമായിരുന്നു അത്. വലിയ പ്രകടനം ഉണ്ടായി. അന്ന് ഈ രൂപത്തിലേക്കുള്ള കേരളമെന്ന അവസ്ഥയിലേക്ക് എത്തിയിട്ടില്ല. എന്നാൽ തിരുകൊച്ചിയിലും മലബാറിലും എല്ലാം ഈ ഘട്ടത്തിൽ ചലനങ്ങളുണ്ടായി. കമ്യൂണിസ്റ്റ് ലീഗിന്റെ ഭാഗമായ എൻ സി ശേഖർ തിരുവിതാംകൂറിലാണെങ്കിലും അദ്ദേഹത്തിന്റെ പ്രവർത്തനം കോഴിക്കോട്ടേക്കും കണ്ണൂരിലേക്കും വ്യാപിക്കുന്നത് ഈ ട്രേഡ് യൂണിയൻ പ്രവർത്തനത്തിന്റെ കൂടി ഭാഗമായാണ്.

1937 ൽ ജീവൽ സാഹിത്യസംഘം സമ്മേളനം തൃശൂരിൽ ചേർന്നു. സോഷ്യലിസത്തിലും മാർക്സിസത്തിലും ആകൃഷ്ടരായിട്ടുള്ള, കലയും സാഹിത്യവും സാമൂഹ്യ മാറ്റത്തിനുവേണ്ടി വിനിയോഗിക്കേണ്ടതാണ് എന്ന കാഴ്ചപ്പാടുകളുള്ള സാഹിത്യകാരന്മാരും പുരോഗമന ചിന്താഗതിക്കാരും എല്ലാം ചേർന്നുള്ളതായിരുന്നു 37 ലെ ജീവൽ സാഹിത്യ സമ്മേളനം.

1937 ൽ തന്നെയാണ് യഥാർത്ഥത്തിൽ കേരളത്തിലെ ആദ്യത്തെ കമ്യൂണിസ്റ്റ് പാർട്ടിയുടെ ഘടകം രൂപംകൊള്ളുന്നത്. നാല് പേരുള്ള ഒരു ഗ്രൂപ്പ്. അതിൽ ഒരാൾ എൻ സി ശേഖറായിരുന്നു. മറ്റൊരാൾ പി കൃഷ്ണപിള്ളയായിരുന്നു. മൂന്നാമത്തെയാൾ ഇ എം എസായിരുന്നു. നാലാമത്തെയാൾ കെ ദാമോദരനും. ഇവർ നാലുപേരും ചേർന്ന ഗ്രൂപ്പാണ് കേരളത്തിലെ ആദ്യത്തെ കമ്യൂണിസ്റ്റ് പാർട്ടി ഗ്രൂപ്പായി പ്രവർത്തിക്കുന്നത്. കേരളത്തിലെ ഈ വിപ്ലവകാരികളെയും കോൺഗ്രസിനകത്ത് പ്രവർത്തിക്കുന്ന കോൺഗ്രസ് സോഷ്യലിസ്റ്റ് പാർട്ടിക്കാരെയും തൊഴിലാളി രാഷ്ട്രീയം കൈകാര്യം ചെയ്യുന്ന ട്രേഡ് യൂണിയൻ പ്രവർത്തകരെയുമെല്ലാം കമ്യൂണിസ്റ്റ് പാർട്ടിയിലേക്ക് ആകർഷിക്കുന്നതിൽ പ്രധാനപ്പെട്ട പങ്കുവഹിച്ചത് സുന്ദരയ്യയും എസ് വി ഘാട്ടെയുമാണ്. കോൺഗ്രസ് സോഷ്യലിസ്റ്റ് പാർട്ടിയിലൂടെയല്ലാതെ തന്നെ കമ്യൂണിസ്റ്റ് പാർട്ടിയിലേക്ക് വന്ന ആളാണ് സുന്ദരയ്യ. സുന്ദരയ്യയുടെയും ഘാട്ടെയുടെയും പ്രവർത്തനത്തിന്റെ കൂടി ഭാഗമായി ഈ കമ്യൂണിസ്റ്റ് ഗ്രൂപ്പ് കുറേക്കൂടി ശക്തമായി. എല്ലായിടങ്ങളിലേക്കും പ്രവർത്തനം വ്യാപിപ്പിക്കാൻ ശ്രമം നടന്നു. നിരവധി വലിയ മുന്നേറ്റങ്ങൾ ഉണ്ടായി. സ്വാതന്ത്ര്യ സമരം നടക്കുന്ന സന്ദർഭത്തിൽ തന്നെയാണ് ഈ നീക്കങ്ങൾ. അതിന്റെ തുടർച്ചയിലാണ് 1939 ൽ പാറപ്പുറത്ത് കമ്യൂണിസ്റ്റ് പാർട്ടിയുടെ ആദ്യത്തെ സമ്മേളനം ചേരുന്നത്. അതിന്റെ രേഖകൾ ഇപ്പോ നമുക്ക് പബ്ലിക് ഡൊമൈനിൽ ലഭ്യമല്ല. രഹസ്യമായിട്ടാണ് സമ്മേളനം ചേർന്നത് എന്നതുകൊണ്ട് അതിന്റെ രേഖകൾ ലഭ്യമല്ല. എന്നാൽ പലരും എഴുതിയിട്ടുള്ള ലേഖനങ്ങൾ, ഓർമ്മക്കുറിപ്പുകൾ എന്നിവയിലൂടെയുള്ള വിവരങ്ങൾ ഉണ്ട്. ആ യോഗത്തിൽ പങ്കെടുത്ത 42 പേരുടെ പേരുകൾ ലഭ്യമാണ്.

അതിനേക്കാൾ കൂടുതൽ ആളുകളുണ്ടോ എന്നത് വ്യക്തമല്ല. എന്നാൽ ഇ എം എസിനെപ്പോലെ, എ കെ ജിയെപ്പോലെ, എൻ സി ശേഖറിനെപ്പോലെ, പി കൃഷ്ണപിള്ളയെപ്പോലെ, എൻ ഇ ബലറാമിനെപ്പോലെ, കെ ദാമോദരനെപ്പോലെ പലരുടെയും പേരുകൾ ലഭ്യമാണ്. ആദ്യത്തെ ഔദ്യോഗികമായ സമ്മേളനം ചേർന്നു കേരളത്തിലെ കമ്യൂണിസ്റ്റ് പാർട്ടി ഒരു ഘടകത്തിലേക്ക് എത്തുന്നത് അന്നാണ് .

നേരത്തെ പറഞ്ഞപോലെ ബോംബെ, മദ്രാസ്, കൽക്കത്ത എന്നീ മൂന്ന് കേന്ദ്രങ്ങളിലും പഞ്ചാബിന്റെ പല ഭാഗങ്ങളിലും ശക്തിപ്പെട്ടുവന്ന കമ്യൂണിസ്റ്റ് പ്രസ്ഥാനം ആ കാലഘട്ടത്തിൽ തന്നെ കേരളത്തിലും പാർട്ടി രൂപീകരണത്തിലേക്ക് എത്തി. അന്ന് രൂപംകൊണ്ട കമ്യൂണിസ്റ്റ് പാർട്ടി കേരളത്തിന്റെ സാമൂഹ്യ വളർച്ചയ്ക്കും സംസ്ഥാനം എന്ന നിലയിൽ കേരളത്തിന്റെ മുന്നേറ്റത്തിനും ഏറെ സംഭാവന നല്കിക്കൊണ്ടിരിക്കുന്നു. ഇന്ന് നമ്മൾ ഈ പാർട്ടിയുടെ നൂറാമത്തെ വാർഷികം അല്ലെങ്കിൽ നൂറ് വർഷത്തെ അനുഭവങ്ങളെ സ്വാംശീകരിക്കുന്ന സവിശേഷമായ ഘട്ടമാണ്. ആ ഘട്ടത്തിൽ ഇന്ത്യയിൽ നിലനില്ക്കുന്ന ഏക ഇടതുപക്ഷ സർക്കാർ പ്രവർത്തിക്കുന്നത് കേരളത്തിലാണ്.

1964 ൽ കമ്യൂണിസ്റ്റ് പാർട്ടി രണ്ടായി. കമ്യൂണിസ്റ്റ് പാർട്ടി ഓഫ് ഇന്ത്യയും കമ്യൂണിസ്റ്റ് പാർട്ടി ഓഫ് ഇന്ത്യ (മാർക്സിസ്റ്റ്) യുമായി രണ്ടായി വിഭജിക്കപ്പെട്ടു. അതോടൊപ്പംതന്നെ 1967 ൽ തീവ്രവാദത്തിന്റെ നിലപാടുകൾ വന്നു. അതൊന്നും ഇവിടെ ചർച്ച ചെയ്തിട്ടില്ല. വിശാലമായ യോജിപ്പോടെ ഇടതുപക്ഷ പ്രസ്ഥാനങ്ങൾ ഇന്ത്യൻ രാഷ്ട്രീയത്തിൽ ഇടപെട്ടുകൊണ്ടിരിക്കുന്ന കാലമാണിത്. ആ പ്രവർത്തനങ്ങൾക്കാകെ ഊർജ്ജം പ്രദാനം ചെയ്തുകൊണ്ടാണ് കേരളത്തിൽ കമ്യൂണിസ്റ്റ് പാർട്ടി നയിക്കുന്ന ഇന്ത്യയിലെ ഏക ഇടതുപക്ഷ സർക്കാർ പ്രവർത്തിച്ചുകൊണ്ടിരിക്കുന്നത്. ആ സർക്കാരിന് ലഭിച്ച ഭരണത്തുടർച്ച ഇന്ത്യയിൽ ഇനിയും ശക്തിപ്പെടേണ്ട ഇടതുപക്ഷ പ്രസ്ഥാനങ്ങൾക്ക് അസാധാരണമായ ഊർജം പ്രദാനം ചെയ്യുന്നുണ്ട്. കേവലം കാലഗണനയ്ക്ക് അനുസൃതമായിട്ടുള്ള ഓർമ്മകളുടെ വീണ്ടെടുക്കലിന് വേണ്ടിയല്ല നമ്മൾ ചരിത്രത്തിലേക്ക് തിരിയുന്നത്. അതിനപ്പുറത്തേക്ക് ഇന്നിന്റെ പ്രവർത്തനങ്ങൾക്കുള്ള ശക്തി സംഭരിക്കലിനു കൂടിയാണ് ചരിത്ര സഞ്ചാരങ്ങൾ. നേട്ടങ്ങളാകെ ദൃഢീകരിച്ചുകൊണ്ടും കോട്ടങ്ങൾ മനസ്സിലാക്കിക്കൊണ്ടും ഇന്നത്തെ കാലത്തെ മൂർത്തമായി വിശകലനം ചെയ്യാനും മൂർത്തമായ പ്രയോഗത്തിന്റെ കാഴ്ചപ്പാടുകൾ ആവിഷ്കരിക്കാനും അതിനനുസൃതമായി സംഘടനാ രൂപങ്ങൾ കെട്ടിപ്പടുക്കാനും സഹായിക്കുന്നതായിരിക്കണം നമ്മുടെ ചരിത്ര പഠനം. ഇന്ത്യയിലെ കമ്യൂണിസ്റ്റ് പ്രസ്ഥാനത്തിന്റെ രൂപീകരണ ചരിത്ര പശ്ചാത്തലം ഇതിനുള്ള ചെറിയ ഒരു കിളിവാതിൽ തുറക്കൽ മാത്രമാണ്. ഇനിയും ഏറെ നമ്മൾ ഇതിനെക്കുറിച്ച് ചർച്ച ചെയ്യേണ്ടതുണ്ട്.